CHUYỂN HỌA
THÀNH PHÚC

CHUYỂN HỌA THÀNH PHÚC
NGUYỄN MINH TIẾN
soạn dịch và chú giải

Bản quyền thuộc về soạn giả và Nhà xuất bản Liên Phật Hội.

Copyright © 2016 by Nguyen Minh Tien
ISBN-13: 978-1545418321
ISBN-10: 1545418322

© All rights reserved. No part of this book may be reproduced by any means without prior written permission from the publisher.

NGUYỄN MINH TIẾN
Soạn dịch và chú giải

Chuyển họa thành phúc

Những câu chuyện có thật
và nguyên lý thay đổi số phận,
chuyển họa thành phúc

NHÀ XUẤT BẢN LIÊN PHẬT HỘI

Lời nói đầu

Tập sách này được soạn dịch từ hai bản văn khuyến thiện bằng chữ Hán được lưu hành rộng rãi nhất. Nội dung tuy không có gì quá sâu xa khó hiểu, nhưng là những nhận thức vô cùng thiết thực và lợi lạc trong cuộc sống, có thể giúp người ta thay đổi cả cuộc đời, hay nói theo cách của người xưa là "chuyển đổi số mạng".

Bản văn thứ nhất là "Liễu Phàm tứ huấn" hay *Bốn điều khuyên dạy của tiên sinh Viên Liễu Phàm*, do ông viết ra để kể lại câu chuyện của chính cuộc đời mình cho con cháu, đồng thời cũng thông qua đó nêu rõ tính xác thực của lý nhân quả, khuyên người phải biết sợ sệt tránh xa những việc xấu ác và nỗ lực làm thiện. Bản văn thứ hai là "Du Tịnh Ý công ngộ Táo thần ký" hay *Chuyện Du Tịnh Ý gặp thần Bếp*, do ông Du Tịnh Ý kể lại cuộc đời nhiều sóng gió của mình cùng cuộc hội ngộ ly kỳ với một nhân vật mà ông tin chắc là thần Bếp (hay Táo quân), qua đó đã giúp ông nhìn lại được nội tâm của chính mình để nhận ra và phân biệt được những điều thiện ác thật rõ rệt, nhờ đó đã có thể hạ quyết tâm "tránh ác làm thiện", và cuối cùng đạt kết quả là chấm dứt được những chuỗi ngày tai họa liên tục giáng xuống gia đình ông, để có thể sống một cách an vui hạnh phúc cho đến tuổi già. Nói cách khác, bằng sự thay đổi tâm ý của chính mình, ông đã chuyển họa thành phúc.

Cả hai bản văn nêu rõ việc *"chuyển họa thành phúc"* này đều đã được Đại sư Ấn Quang chọn khắc in vào phần phụ lục của sách An Sĩ toàn thư (bản Hán văn), được xếp ngay sau phần *Giảng rộng nghĩa lý bài văn Âm chất*. Đại sư Ấn Quang đã có nhiều hàm ý rất sâu xa khi chọn lưu hành hai bản văn khuyến thiện này, và hiệu quả lợi lạc của việc này đối với người đọc đã được chứng minh một cách rõ ràng qua thời gian.

Về bản văn thứ nhất, tiên sinh Viên Liễu Phàm không viết ra như một nghiên cứu triết lý, mà như một sự chia sẻ kinh nghiệm thực tiễn, bởi chính ông là người đã vận dụng thành công những điều ông viết ra đây. Ông đã thực sự chuyển đổi được số mạng, thay đổi cuộc đời từ những điều bất hạnh sang thành an vui hạnh phúc. Có thể nói, bằng vào những nỗ lực cứu người giúp đời không mệt mỏi liên tục nhiều năm, ông đã thành công trong việc tự thay đổi số phận của mình mà không cầu xin bất kỳ một sức mạnh siêu nhiên nào. Ông đã tự mình tạo lập số mạng. Và hơn thế nữa, ông đã xác quyết rằng những gì ông làm được thì mỗi người trong chúng ta cũng đều có thể làm được nếu có đủ quyết tâm, không loại trừ bất cứ ai.

Đó là một tin vui rất lớn cho tất cả chúng ta trong cuộc sống đầy khó khăn bất trắc này: *Ta có thể tự quyết định số phận của mình thay vì chỉ biết cầu xin hay an phận.* Tính chất chủ động này chắc chắn sẽ tạo ra một đời sống lạc quan, tích cực hơn. Và chính sự lạc quan, tích cực đó tự nó đã là một phẩm chất vô cùng quan trọng cho một cuộc sống hạnh phúc, an vui. Vì thế, tuy đã hơn bốn thế kỷ trôi qua, những lời khuyên dạy của Viên Liễu Phàm vẫn còn nguyên giá trị, bởi những tiêu chí thiện ác mà ông đưa ra có vẻ như đã, đang và sẽ còn tiếp tục chứng tỏ tính đúng đắn trong cuộc đời này.

Bản Hán văn mà chúng tôi sử dụng là bản được khắc kèm như một phần phụ đính trong sách An Sĩ toàn thư, do chính Đại sư Ấn Quang đưa vào trong bản khắc in năm 1918, nghĩa là bản in theo Hán cổ, có lẽ được giữ nguyên vẹn như khi tiên sinh Viên Liễu Phàm viết ra từ đầu thế kỷ 17. Hiện nay còn có một bản khác gọi là *Liễu Phàm tứ huấn bạch thoại thiên* (了凡四訓白話篇), là bản văn do tiên sinh Hoàng Trí Hải diễn thuật lại theo lối văn bạch thoại. Vì muốn theo sát ý tứ người xưa nên chúng tôi đã chọn bản văn Hán cổ.

Hiện đã có 3 bản Việt dịch của sách này. Bản thứ nhất của dịch giả Tuệ Châu Bùi Dư Long, xuất bản năm 2011, có ghi là *"tham khảo thêm từ bản in của Ấn Quang Đại Sư"*. Như đã nói, Đại sư Ấn Quang chọn in bản Hán cổ, nên sự ghi chú này cho thấy dịch giả đã chọn dịch từ bản văn bạch thoại và tham khảo thêm bản Hán cổ. Bản Việt dịch thứ hai của Ban phiên dịch Vạn Phật Thánh Thành, không biết xuất bản từ năm nào, nhưng bản lưu hành trên trang chủ Dharmasite.net (website chính thức của Vạn Phật Thánh Thành) có ghi rõ nguồn là dịch từ bản *Liễu Phàm tứ huấn bạch thoại thiên*. Bản Việt dịch thứ ba của Trần Tuấn Mẫn, được xuất bản năm 2013, không thấy ghi là dịch từ bản văn nào, nhưng căn cứ nội dung thì theo rất sát với bản văn bạch thoại của Hoàng Trí Hải.

Như vậy, cả 3 bản Việt dịch hiện có đều dựa theo bản văn bạch thoại là chính. Bản bạch thoại có ưu điểm là dễ đọc dễ hiểu đối với người thời nay, nhưng lại có nhược điểm là thỉnh thoảng không tránh khỏi những chỗ được diễn dịch chủ quan theo ý người chuyển văn, từ đó làm sai lệch đi phần nào ý tứ trong nguyên tác.

Lấy ví dụ, trong cổ bản khi nói về đức khiêm tốn và việc làm thiện tích đức có chỗ chép như sau: "須念念謙虛，塵塵方便" *(tu niệm niệm khiêm hư, trần trần phương tiện...)*

Bản bạch thoại của Hoàng Trí Hải diễn ý 9 chữ này thành ra: "必須在每一個念頭上，都要謙虛；即使碰到像灰塵一樣極小的事情，也要使旁人方便" *(tất tu tại mỗi nhất cá niệm đầu thượng, đô yếu khiêm hư, tức sử bánh đáo tượng hôi trần nhất dạng cực tiểu đích sự tình, dã yếu sử bàng nhân phương tiện...)*

Căn cứ vào sự diễn ý của bản văn bạch thoại, bản Việt dịch của Vạn Phật Thánh Thành dịch là: *"ý nghĩ nào cũng phải khiêm tốn, việc làm nào cũng tạo phương tiện cho người khác, dù là chuyện nhỏ như hạt bụi, cũng hết lòng mà cống hiến..."*

Bản của Tuệ Châu Bùi Dư Long dịch là: *"thường tự nhắc nhở lấy mình cần phải khiêm hư nhún nhường dù có chuyện thật nhỏ nhặt, đối với mọi người cũng phải để ý cư xử nhũn nhặn..."*

Và bản của Trần Tuấn Mẫn dịch là: *"trong mỗi ý nghĩ đều phải giữ khiêm tốn; dù có gặp phải những việc thật nhỏ như tro bụi cũng muốn làm cho người khác được thuận lợi..."*

Điểm chung của cả ba bản dịch trên là đều hiểu 2 chữ *"trần trần"* (塵塵) theo bản bạch thoại, là "像灰塵一樣極小" *(tượng hôi trần nhất dạng cực tiểu)*, và do đó đều dịch là *"nhỏ như hạt bụi"*, *"thật nhỏ nhặt"*, *"nhỏ như tro bụi"*...

Nhưng thật ra trong văn cổ dùng 2 chữ *"trần trần"* (塵塵) ở đây không hề có nghĩa là "hạt bụi nhỏ", mà hàm ý là số lượng rất nhiều, hay nói theo cách thường gặp hơn là vô số,

Lời nói đầu

vô lượng... Do đó, câu trên phải được hiểu là: *"luôn luôn giữ lòng khiêm hạ nhún nhường, vận dụng khéo léo vô số phương tiện..."*

Cách hiểu này không phải do chủ quan suy đoán, mà vốn đã gặp trong nhiều văn bản cổ. Như trong bài Mộng trai minh (夢齋銘) của Tô Thức đời Tống có câu: "夢覺之間，塵塵相授" (*Mộng giác chi gian, trần trần tương thụ* - Trong thời gian một giấc mộng, có vô số điều qua lại). Lại trong Sơn cư bát vịnh (山居八詠) của Thường Đạt đời Đường có câu "塵塵祖佛師" (*trần trần Tổ Phật Sư* - vô số các vị Thầy Tổ, chư Phật...) Cho đến đời nhà Thanh, Cung Tự Trân cũng có câu: "歷劫如何報佛恩？塵塵文字以為門." (*Lịch kiếp như hà báo Phật ân? Trần trần văn tự dĩ vi môn.* - Trải qua nhiều kiếp biết làm sao báo đáp ơn Phật? Vô số văn chương chữ viết là chỗ để vào đạo.) Qua đó có thể thấy cách diễn giải hai chữ "trần trần" trong bản bạch thoại là không đúng ý nguyên tác, và các bản Việt dịch dựa theo đó nên cũng sai lệch theo.

Khi thực hiện bản Việt dịch và chú giải này, chúng tôi hoàn toàn căn cứ theo cổ bản và có sự tham khảo, đối chiếu rất nghiêm túc để làm sáng rõ những ý nghĩa được chuyển tải trong sách. Mong rằng trong vườn hoa lại có thêm hoa, càng thêm nhiều hương sắc, mang đến cho độc giả một phương tiện khác nữa để học hỏi tinh hoa người xưa.

Về bản văn thứ hai, chúng tôi chưa thấy có bản Việt dịch chính thức nào, nhưng có tìm thấy một bộ phim được xây dựng dựa theo nội dung của bản văn này, do Pháp sư Tịnh Không chủ trì thực hiện. Đây là một câu chuyện hết sức ly kỳ, kể lại cuộc hội ngộ bất ngờ giữa một nho sinh bất đắc chí với thần Bếp (Táo quân), và cuộc đối thoại giữa hai bên đã cho chúng ta thấy được nhiều nguyên tắc quan trọng trong việc phân biệt thế nào là thiện và ác, tốt và xấu, do đó cũng là nguyên nhân sẽ dẫn đến tai họa hay phúc lành. Bằng việc suy xét và vận dụng những điều được chỉ ra trong mẩu đối thoại ngắn ngủi giữa đêm giao thừa, người hàn sĩ Du Đô đã tự đổi tên hiệu mình từ Lương Thần sang thành Tịnh Ý, với tâm nguyện nhấn mạnh vào sự nỗ lực để làm thanh tịnh tâm ý của chính mình. Và sự thành công của Du Tịnh Ý trong việc chuyển đổi số mạng cũng cho chúng ta thêm một tấm gương điển hình về việc chuyển họa thành phúc. Đó cũng chính là lý do chúng tôi đã chọn đưa câu chuyện của ông vào sách này.

Qua việc giới thiệu hai câu chuyện có thật về những nhân vật đã được truyền tụng qua nhiều thế hệ, chúng tôi hy vọng người đọc sẽ có thể tiếp nhận được những hàm ý tốt đẹp của người xưa trong việc ghi chép và lưu hành rộng rãi những câu chuyện này, từ đó sẽ rút ra được cho chính bản thân mình những bài học quý giá trong việc tu thân hướng thiện.

Mặc dù mong muốn là như vậy, nhưng với những hạn chế nhất định về năng lực và trình độ của người soạn dịch, e rằng cũng không thể tránh khỏi ít nhiều sai sót. Vì thế, chúng tôi rất mong nhận được sự chỉ dạy từ quý độc giả gần xa, để chúng tôi có thể cung kính lắng nghe và sửa chữa hoàn thiện trong những lần tái bản.

Trân trọng,

Nguyễn Minh Tiến

BỐN ĐIỀU KHUYÊN DẠY CỦA TIÊN SINH VIÊN LIỄU PHÀM (LIỄU PHÀM TỨ HUẤN)

Tự lập số mạng

Tôi thuở nhỏ đã sớm mất cha.[1] Mẹ tôi bảo tôi từ bỏ đường công danh khoa cử để theo học nghề thuốc, vì cho rằng như thế có thể vừa tự nuôi sống lại cũng có thể cứu giúp người khác. Hơn nữa, việc tôi theo học thành tựu một nghề để có thể lưu danh ở đời cũng là tâm nguyện từ trước đây của cha tôi.

Sau đó, có lần tôi đến chùa Từ Vân tình cờ gặp một cụ già cốt cách phương phi, râu dài tóc bạc, tướng mạo dường như tiên ông. Khi tôi đến lễ chào cung kính, cụ già bảo tôi: "Con

---

[1] Viên Liễu Phàm sinh năm 1533 và mất năm 1606. Bản văn này ban đầu được ông viết ra để dạy con, nên một số đại từ nhân xưng được dùng tương ứng trong quan hệ cha con. Khi chuyển dịch chúng tôi đã có một vài chỉnh sửa nhỏ về cách xưng hô để thích hợp hơn với đa số độc giả, vì xét thấy việc này không làm thay đổi ý chính của bản văn.

là người trong đường quan tước, ngày sau ắt sẽ học lên cao, sao nay con chẳng lo việc đọc sách?"

Tôi liền nói rõ nguyên nhân. Ông cụ bảo: "Ta họ Khổng, người Vân Nam, được chân truyền thuật toán số Hoàng Cực của Thiệu tử,[1] theo mạng số ắt rồi sau sẽ truyền thuật này cho con."

Tôi liền mời cụ già về nhà, đem mọi việc trình lên với mẹ. Về sau, xem xét những điều cụ già họ Khổng đã tiên đoán cho tôi đều dần dần ứng nghiệm. Sau khi gặp cụ Khổng, tôi khởi ý quay lại theo việc học hành khoa cử.

Cụ Khổng lại đoán trước cho tôi về đường khoa cử, nói rằng khi mới đi học, thi lần đầu ở huyện sẽ đỗ thứ 14, thi ở phủ sẽ đỗ thứ 71, thi ở tỉnh sẽ đỗ thứ 9. Sau tôi đi thi, ở cả ba nơi đều đỗ đạt đúng như thứ hạng ông ấy đã dự đoán.

---

[1] Tức Thiệu Ung hay Thiệu Khang Tiết, sinh năm 1011, mất năm 1077, là một học giả uyên bác, nghiên cứu Chu Dịch lâu năm, có để lại nhiều tác phẩm như Mai hoa dịch số, Hoàng cực kinh thế, Quan vật nội thiên, Ngư tiều vấn đối, Nhượng Sơn tập, Tử Bá Ôn biệt truyện...

Tự lập số mạng

Cụ Khổng lại đoán số mạng trọn đời cho tôi, cho biết đến năm ấy sẽ thi đỗ thứ hạng như thế, sang năm ấy sẽ được chọn làm lẫm sinh,[1] sang năm ấy sẽ được chọn làm cống sinh,[2] lại sau đến năm ấy sẽ được bổ làm Tri huyện ở tỉnh Tứ Xuyên, làm quan được 2 năm rưỡi[3] ắt sẽ cáo quan về quê, cho đến năm 53 tuổi, vào giờ Sửu, ngày 14 tháng 8 sẽ mất tại nhà, chỉ tiếc là không có con. Tôi ghi chép đầy đủ những điều ấy, luôn nhớ kỹ trong lòng.

Từ đó về sau, mỗi lần dự thi kết quả đều không ra ngoài những dự đoán của cụ già họ Khổng. Riêng có một lần, cụ Khổng đoán rằng thời gian tôi làm lẫm sinh phải nhận đủ 91 thạch 5 đấu gạo[4] mới được lên cống sinh, nhưng khi số gạo nhận được của tôi vừa hơn 70 thạch thì tôn sư họ Đồ đã thông qua việc chọn tôi làm cống sinh, do đó tôi hơi có chút

---

[1] Lẫm sinh: người học trò được nhận học bổng (bằng lúa gạo), do triều đình chu cấp.
[2] Cống sinh: nho sinh giỏi, được chọn lên kinh đô theo học để chuẩn bị cho kỳ thi tại kinh đô.
[3] Chúng tôi y theo bản khắc trong An Sĩ toàn thư, có bản khác khắc là 3 năm rưỡi (三年半).
[4] Các đơn vị đo lường thời xưa. Mỗi thạch bằng khoảng 100 lít; 10 đấu bằng một thạch.

ngờ vực về sự tiên đoán của cụ. Chẳng ngờ sau đó có vị quan tạm quyền họ Dương [vừa chuyển đến] lại bác bỏ việc này, nên phải đợi đến năm Đinh Mão[1] tôi mới được phê chuẩn làm cống sinh. Vào lúc ấy tính lại, quả nhiên tôi đã nhận được vừa đúng 91 thạch 5 đấu gạo. Tôi nhân việc đó lại càng tin chắc rằng sự đời thăng trầm đều do số mạng, dù nhanh hay chậm cũng đều có thời hạn định trước, vì thế mà [đối với hết thảy mọi việc] trong lòng tôi trở nên lạnh nhạt không còn mong cầu gì nữa.

Sau khi được lên cống sinh, tôi phải về kinh thành Yên đô[2] theo học. Ở kinh đô được một năm, tôi thường ngồi yên tĩnh suốt ngày, chẳng đọc sách vở gì. Sau có dịp quay về chơi ở Nam Ung trong lúc còn chưa vào nhập học, tôi liền đến viếng thăm Thiền sư Vân Cốc trong núi Thê Hà.[3] Tôi cùng Thiền sư ngồi đối diện trong tịnh thất, trải qua suốt ba ngày ba đêm dường như không chớp mắt. Thiền

---

[1] Tức là năm 1567.
[2] Yên đô: tên gọi cũ của Bắc Kinh.
[3] Thiền sư pháp danh Pháp Hội, hiệu Vân Cốc, sinh năm 1500 (niên hiệu Hoằng Trị thứ 13 đời Minh Hiếu Tông). Cuộc gặp gỡ này diễn ra vào năm 1569.

sư nói: "Người đời sở dĩ không trở thành bậc thánh nhân, đều là do vọng niệm nối nhau sinh khởi trói buộc. Nay ông ngồi suốt ba ngày không khởi sinh vọng niệm là do đâu?"

Tôi đáp: "Trước đây có tiên sinh họ Khổng từng xem số mạng cho con. Con xét thấy rằng mọi sự vinh nhục, sống chết ở đời đều do số mạng định sẵn, dù có muốn vọng cầu điều này điều nọ cũng đều không thể được [nên con chẳng nghĩ gì cả]."

Thiền sư Vân Cốc bật cười nói: "Ta ngỡ ông là bậc hào kiệt xuất chúng, hóa ra chỉ là một kẻ tầm thường."

Tôi không hiểu, thưa hỏi. Thiền sư liền nói: "Con người khi chưa đạt được đến mức vô tâm, rốt lại đều bị những lẽ âm dương toán số kia trói buộc, sao có thể nói là không có số mạng? Nhưng chỉ những kẻ tầm thường mới có số mạng mà thôi. Bậc đại hiền thì số mạng không nhất định, mà với kẻ đại gian ác số mạng cũng không thể nhất định. Ông từ 20 năm nay bị những lẽ đoán định của người khác trói buộc, không tự thay đổi được mảy may nào, như thế chẳng phải là tầm thường lắm sao?"

Tôi liền hỏi: "Vậy ra số mạng có thể tránh được sao?"

Thiền sư đáp: "Số mạng là do chính mình tạo ra, phước đức do chính mình cầu mà được. Trong sách vở Nho gia có nhiều chỗ dạy rõ điều đó. Kinh Phật lại có nói: *Cầu công danh ắt được công danh, cầu sống lâu ắt được sống lâu, cầu con trai, con gái, ắt có con trai, con gái...*' Nói dối là giới cấm quan trọng mà đức Phật Thích-ca đã chế định, lẽ nào chư Phật, Bồ Tát lại nói dối để lừa gạt người đời hay sao?"

Tôi nghe vậy rồi liền hỏi tiếp: "Mạnh tử có nói rằng: *Cầu ắt sẽ được, ấy là cầu nơi chính mình.*' Đạo đức, nhân nghĩa [là ở nơi chính mình] nên có thể gắng sức cầu được, còn như công danh phú quý [vốn không ở nơi chính mình] làm sao có thể cầu được?"

Thiền sư Vân Cốc nói: "Lời Mạnh tử vốn không sai, chỉ do ông tự hiểu sai thôi. Ông không nghe đức Lục tổ có dạy rằng: 'Hết thảy ruộng phước vốn chẳng xa lìa gang tấc, từ trong tâm này mà cầu thì mọi tâm niệm đều thông suốt.' [Mạnh tử nói] *Cầu nơi chính mình*' đó không chỉ là riêng được đạo đức nhân nghĩa, mà cũng được cả công danh phú quý, trong ngoài đều được cả. Cầu như vậy hữu ích là vì cầu được. Nếu không quay về cứu xét nơi tự thân mình, chỉ biết hướng theo ngoại cảnh dong ruổi tìm cầu thì mong cầu là một việc mà được hay không lại còn phải tùy vào số mạng, như vậy có khi trong ngoài đều mất cả [vì cầu mà không được]. Cầu như vậy ắt là vô ích."

Thiền sư lại hỏi: "Họ Khổng đoán vận mạng suốt đời của ông như thế nào?"

Tôi thật lòng đem hết mọi việc kể ra. Thiền sư liền nói: "Ông hãy tự xét mình xem có xứng đáng đỗ đạt đại khoa, có xứng đáng được sinh con nối dõi chăng?"

Tôi suy nghĩ hồi lâu rồi đáp: "Thật không xứng đáng. Những người đỗ đạt đại khoa nói chung đều có tướng phước đức sâu dày. Con vốn phước mỏng, lại không thể tích lũy công đức thiện hạnh để làm nền tảng cho phước đức sâu dày. Con lại không nhẫn chịu được những sự phiền toái khổ nhọc, không thể bao dung chịu đựng người khác, đôi khi lại cậy vào tài trí của mình mà lấn áp người, tính tình bộc trực nghĩ sao làm vậy, thường xem nhẹ lời nói, hay luận bàn những chuyện vô bổ, hết thảy đều là những biểu hiện phước mỏng đức bạc, làm sao có thể đỗ đạt đại khoa?

"Đất bùn dơ ẩm ướt thường nhiều vật sống, chỗ nước trong vắt thường không có cá, mà tánh con lại ưa thích sự trong sạch thanh khiết [thái quá]. Tánh khí ôn hòa có thể nuôi dưỡng vạn vật, mà tánh con lại thường nóng nảy sân hận. Luyến ái là cội nguồn của sự tiếp nối sinh sản, không quan tâm đến người khác là căn bản của sự không nuôi dưỡng, mà tánh con xem trọng danh tiết của riêng mình, thường không thể quên mình giúp người; con lại thường nói nhiều hao tổn khí lực, thích ngồi lặng suốt đêm dài không ngủ, không biết giữ gìn nguyên khí tinh thần. Hết thảy những điều ấy đều là nguyên nhân không thể có con. Ngoài ra còn có biết bao điều lỗi lầm xấu ác nữa, thật không thể nói hết!"

Thiền sư Vân Cốc nói: "Nào chỉ riêng vấn đề khoa bảng [như ông vừa nói đó]! Người đời thụ hưởng tài sản ngàn vàng, ắt phải là người đáng hưởng ngàn vàng; kẻ nhận tài sản trăm lượng, ắt phải là kẻ đáng nhận trăm lượng. Người chịu chết đói, ắt phải là người đáng phải chết đói. [Nói là mệnh] trời, bất quá chỉ là do nơi nhân quả nghiệp báo riêng của mỗi người mà thành, vốn chưa từng có chút thêm bớt nào [gọi là ý trời trong đó cả].

"Đến như việc sinh con cái, như người có phước đức truyền được trăm đời, ắt sẽ sinh được con cháu truyền đủ trăm đời; người có phước đức truyền được mười đời, ắt sẽ sinh được con cháu truyền đủ mười đời; người có phước đức truyền được ba đời, hai đời, ắt sẽ sinh được con cháu truyền đủ ba đời, hai đời; cho đến người dứt hẳn không có con cháu, ấy là do phước đức hết sức mỏng manh vậy. Nay ông đã biết rõ những điều sai trái [của mình], những điều đã khiến ông không thể đỗ đạt đại khoa, không thể sinh con nối dõi, vậy ông phải hết lòng hối cải, tự thay đổi, nhất thiết phải lo tu nhân tích đức, nhất thiết phải bao dung rộng lượng với người, nhất thiết phải hòa nhã thương yêu kẻ khác, nhất thiết phải biết gìn giữ bảo dưỡng tinh thần.

"Hết thảy những việc từng làm trước đây, xem như đã chết từ hôm qua. Hết thảy những việc từ nay về sau, xem như mới được sinh ra từ hôm nay. Đó chính là ý nghĩa của việc làm sống lại thân này. Thân thể bằng xương thịt này tất nhiên đã có nghiệp quả định sẵn, nhưng cái thân tinh thần nhân nghĩa đạo đức, lẽ nào lại không thể [tu dưỡng] để thay đổi được sao?

"Sách Thượng thư, thiên Thái giáp có nói: *'Tai họa do trời giáng xuống còn có thể tránh né, tai họa do chính mình tạo ra thì không còn đường sống.'* Kinh Thi nói: *"Lời nói việc làm thường hợp đạo trời, ấy là tự mình cầu được nhiều phước đức."* Khổng tiên sinh đoán rằng ông không đỗ đại khoa, không có con nối dõi, đó là *'tai họa do trời giáng xuống'*, cho nên *'còn có thể tránh né'*. Nay ông nỗ lực làm thiện, rộng tích chứa âm đức, đó là tự mình tạo ra phước đức, lẽ nào lại có thể không được hưởng [những phước đức ấy] hay sao?

"Kinh Dịch nói rằng: *'Bậc quân tử hướng về điều lành, tránh đi điều dữ.'* Nếu nói mệnh trời là không thể thay đổi, vậy điều lành làm sao có thể hướng về, điều dữ làm sao có thể tránh đi? Lại cũng trong Kinh Dịch, quẻ Khôn, ngay nơi phần ý nghĩa mở đầu đã nói rằng: *'Nhà làm việc thiện ắt có niềm vui, nhà làm việc ác ắt gặp tai ương.'* Nay ông đã có thể tin hiểu được chưa?"

Tôi tin nhận lời Thiền sư, lễ bái xin học làm theo. Nhân đó liền đem hết thảy những điều lỗi lầm xấu ác đã qua, đối trước bàn thờ Phật mà nêu rõ, viết thành một bản sớ dài trình bày đầy đủ tất cả trong đó, cầu xin sám hối. Sau đó tôi phát tâm cầu thi cử đỗ đạt, nguyện làm đủ 3.000 điều thiện để báo đáp ân đức của tổ tiên, trời đất.

Thiền sư lại lấy ra một bản sách "Công quá cách" đưa cho tôi xem, dạy tôi [học làm theo đó], ghi chép tất cả việc làm hằng ngày, nếu là điều thiện thì cộng thêm vào, nếu là điều xấu ác thì trừ bớt đi. Thiền sư lại dạy tôi trì tụng thần chú Chuẩn Đề, qua một thời gian ắt có sự linh nghiệm. Thiền sư bảo tôi rằng:

"Những người vẽ bùa chú thường nói: 'Vẽ bùa không đúng cách sẽ bị quỷ thần cười chê.' [Trong việc vẽ bùa] có một phép bí truyền, chẳng qua đó chỉ là không khởi lên vọng niệm. Khi cầm bút vẽ, việc trước tiên là phải buông bỏ hết thảy mọi ý niệm [duyên theo trần cảnh]. Từ chỗ trong tâm không chút động niệm như thế mới phóng bút điểm xuống, gọi là tạo dựng nền tảng không phân biệt. Từ một điểm làm nền tảng đó, cho đến khi vung bút vẽ xong lá bùa, nếu trong tâm tuyệt nhiên không khởi vọng niệm thì lá bùa ấy sẽ linh nghiệm.

"Cho đến việc cầu đảo mệnh trời, điểm cốt yếu vẫn là phải từ nơi tâm niệm rỗng rang không động niệm như thế mà tạo ra sự cảm ứng thay đổi. Mạnh tử khi bàn về cái học Lập mệnh có nói: *'Chết yểu với sống lâu vốn chẳng phải hai điều khác nhau.'*[1] Phân tích đến chỗ sâu xa tinh tế thì *dư thừa* với *thiếu thốn* vốn cũng chẳng phải hai điều khác nhau, nhân đó mới có thể tạo ra số mạng giàu, nghèo; *bế tắc* với *hanh thông* vốn cũng chẳng phải hai điều khác nhau, nhân đó mới có thể tạo ra số mạng sang, hèn; *chết yểu* với *sống lâu* vốn cũng chẳng phải hai điều khác nhau, nhân đó mới có thể tạo ra số mạng sống, chết.

"Người đời lấy chuyện sống chết là quan trọng, cho nên [Mạnh tử chỉ] nói *"chết yểu, sống lâu"*, nhưng kỳ thật hết thảy những chuyện vừa lòng hay nghịch ý [trong cuộc

---

[1] Mạnh tử, chương Tận tâm, phần thượng. Trọn câu này là: "天壽不貳，修身以俟之，所以立命也。" (Yểu thọ bất nhị, tu thân dĩ sĩ chi, sở dĩ lập mệnh dã. - Chết yểu với sống lâu vốn chẳng phải hai điều khác nhau, hãy tu sửa tự thân để chờ đón mọi việc, như thế gọi là tự lập số mệnh.)

đời] cũng đều cùng một nguyên lý như vậy.

"Cho đến câu *'hãy tu sửa tự thân để chờ đón mọi việc'*, đó là nói việc làm thiện tích đức có thể chuyển đổi mệnh trời. Nói *'tu sửa tự thân'*, đó là tự thân mình có điều gì lỗi lầm xấu ác đều phải đối trị, dứt trừ đi. Nói *'chờ đón'*, [đó là sẵn sàng đợi việc xảy ra], nhưng nếu trong lòng có chút mong cầu điều tốt đẹp hay nôn nao chờ đợi đều phải dứt sạch đi. Đạt đến mức như thế, đó là tự tạo ra được cảnh giới nguyên sơ không động niệm, đó chính là cái học chân thật.

"Ông tuy chưa thể đạt được tâm thức rỗng rang không vọng niệm [như thế], nhưng nếu có thể trì tụng thần chú Chuẩn Đề, không nghĩ nhớ, không tính đếm, không để gián đoạn, khi được thuần thục rồi thì trong chỗ trì tụng cũng là không trì tụng, dù không trì tụng cũng là đang trì tụng, cho đến lúc niệm niệm an nhiên không còn lay động ắt sẽ có sự linh nghiệm."

Tôi trước đây lấy hiệu là Học Hải, ngay trong ngày hôm đó liền đổi hiệu là Liễu Phàm. Đó là muốn nói việc học được thuyết *"tự lập số mạng"* này rồi nên không còn muốn rơi vào khuôn khổ của những kẻ thế tục tầm thường.

Chuyển họa thành phúc

Từ đó về sau, lúc nào tôi cũng chú tâm tự phòng hộ suốt ngày, so với trước đây thật hoàn toàn khác hẳn. Ngày trước tôi thường buông thả phóng túng, còn bây giờ luôn nơm nớp lo sợ [những việc xấu ác lầm lỗi], dù khi ở trong nhà kín phòng tối [không ai nhìn thấy, cũng không dám khởi lên những ý nghĩ xấu ác, chỉ] sợ đắc tội với trời đất, quỷ thần. Gặp những lúc bị người khác oán ghét, phỉ báng, tôi vẫn có thể điềm nhiên chấp nhận.

Sang năm sau, bộ Lễ mở khoa thi Cử,[1] tiên sinh họ Khổng từng đoán trước khoa này tôi sẽ đỗ hạng ba, hóa ra tôi lại đỗ hạng nhất. Lời tiên đoán của Khổng tiên sinh không còn đúng nữa, nên [khoa thi Hương] vào mùa thu tôi lại đỗ tiếp Cử nhân.

Tuy nhiên, tôi làm việc thiện khi ấy vẫn chưa được thuần thục, tự kiểm lại bản thân còn nhiều lầm lỗi. Đôi khi thấy việc thiện thì làm nhưng chưa thực sự quả quyết, mạnh mẽ, hoặc có khi làm việc cứu giúp người khác mà trong lòng mình thường tự nghi ngờ [kết

---

[1] Đây là khoa thi để chuẩn bị cho kỳ thi tuyển cử nhân. Thí sinh buộc phải vượt qua được kỳ thi này mới được tham dự kỳ thi Hương.

quả], hoặc có khi hành vi thì gắng theo việc thiện nhưng lời nói lại có sai lầm, hoặc khi tỉnh táo thì cố sức giữ gìn theo đạo đức, nhưng lúc uống rượu vào rồi lại thường buông thả, phóng túng. Mỗi ngày tôi đều xét điều lầm lỗi trừ vào những việc thiện làm được, có hôm trừ hết sạch chẳng còn gì cả. Vậy nên từ năm Kỷ Tỵ[1] phát nguyện làm việc thiện mà phải đến năm Kỷ Mão,[2] trải qua hơn 10 năm, mới hoàn tất đủ số 3.000 điều thiện.

Khi ấy, tôi phát tâm cầu sinh con, lại cũng nguyện làm đủ số 3.000 điều thiện. [Hai năm sau là năm] Tân Tỵ[3] thì sinh được con trai [đặt tên là] Thiên Khải.

Tôi làm được mỗi việc thiện đều ghi chép lại. Vợ tôi không biết chữ nên mỗi khi làm được một việc thiện thì dùng cán bút lông ngỗng chấm mực đỏ in lên tờ lịch của ngày hôm đó thành một chấm tròn, thường là những việc thiện như bố thí thức ăn cho người nghèo, hoặc mua vật sống phóng sinh... Những ngày làm nhiều, có khi được đến hơn mười chấm

---

[1] Tức là năm 1569.
[2] Tức là năm 1579.
[3] Tức là năm 1581.

tròn như thế. Đến tháng 8 năm Quý Mùi[1] thì đủ số 3.000 điều thiện. Ngày 13 tháng 9 năm đó, tôi lại phát tâm cầu thi đỗ tiến sĩ, nguyện làm 10.000 điều thiện.

Sang năm Bính Tuất[2] tôi thi đỗ tiến sĩ, được bổ nhiệm làm Tri huyện Bảo Để. Tôi chuẩn bị sẵn một quyển sổ trắng, đặt tên là sổ Trị tâm. Sáng sớm khi lên công đường, tôi dặn người nhà đem sổ ấy trao cho nha dịch để mang đặt trên bàn làm việc của tôi. Mỗi một việc làm trong ngày đều phân ra tốt xấu, ghi chép tỉ mỉ vào sổ ấy, mỗi đêm lại bày hương án trước sân, noi gương Triệu Duyệt Đạo ngày xưa cáo trình tất cả lên Thượng đế.[3]

---

[1] Tức là năm 1583.
[2] Tức là năm 1586.
[3] Triệu Duyệt Đạo, người Cù Châu thuộc tỉnh Chiết Giang, tên thật là Triệu Biện, tên tự là Duyệt Đạo, tự lấy hiệu là Tự Phi, sinh năm 1008, mất năm 1084. Ông là một cư sĩ Phật giáo nổi danh, được ghi chép trong Trung Quốc Phật học Nhân danh từ điển (trang 59) và Ngũ Đăng Hội Nguyên (quyển 16). Ông tánh tình cương trực, sau khi đỗ tiến sĩ đã từng trải qua nhiều chức quan ở các châu, quận. Đời Tống Nhân Tông, ông giữ chức ngự sử, thường chính trực thẳng thắn đến mức người ở kinh đô đều gọi ông là "Thiết diện Ngự sử" (Quan Ngự sử mặt sắt). Tuổi già, ông chuyên tâm tu niệm, tự sửa mình bằng cách mỗi đêm

Vợ tôi thấy những việc thiện ghi chép không được nhiều thì chau mày nói rằng: "Trước đây ông còn ở nhà, tôi có thể giúp sức cùng ông làm việc thiện, nên con số 3.000 điều thiện mới được hoàn tất. Nay ông phát nguyện làm đến 10.000 điều thiện mà trong nha môn lại chẳng có nhiều việc thiện để làm, vậy biết đến bao giờ mới có thể hoàn tất?"

Đêm đó, tôi nằm mộng bỗng gặp một vị thần, liền đem việc khó làm đủ số điều thiện mà trình bày với thần. Vị thần nói: "Chỉ riêng một việc giảm thuế ruộng cho dân, xem như một vạn điều thiện đã đủ số rồi."

Nguyên là ruộng đất ở huyện Bảo Để [trước đây] phải nộp thuế mỗi mẫu 2 phân 3 ly 7 hào,[1] [khi về nhậm chức] tôi có xem xét lại, giảm xuống còn 1 phân 4 ly 6 hào. Quả thật có việc đó, nhưng lòng tôi vẫn còn chút nghi hoặc, [không cho rằng việc ấy lại có hiệu quả lớn lao đến thế]. Vừa may khi ấy có Thiền sư Huyễn Dư từ núi Ngũ Đài đến, tôi liền

đều mang tất cả những việc đã làm trong ngày trình cáo lên trời cao. Được 7 năm như thế rồi mới mất, thọ 76 tuổi.

[1] Đơn vị tiền tệ khi ấy lấy tiền làm đơn vị. Cứ mỗi tiền có 10 phân, mỗi phân có 10 ly, mỗi ly có 10 hào.

đem giấc mộng ấy kể lại với ngài rồi thưa hỏi xem việc ấy có thể tin được chăng? Thiền sư nói: "Nếu tâm thiện chân thành chí thiết, dù làm một điều thiện cũng có thể bằng như vạn điều thiện. Huống chi ông giảm thuế cho cả một huyện, có cả vạn người dân được hưởng phúc ấy." Tôi liền dùng tiền lương bổng của mình gửi nhờ Thiền sư về núi Ngũ Đài thay mình thiết lễ trai tăng cúng dường một vạn vị tăng để hồi hướng công đức.

Tiên sinh họ Khổng đoán rằng năm tôi 53 tuổi sẽ gặp tai nạn [rồi mất]. Tôi cũng chưa từng cầu xin được sống lâu hơn, nhưng rồi năm ấy trôi qua mà chẳng xảy việc gì cả. [Khi viết chương sách này thì] tôi đã được 69 tuổi.

Kinh Thư nói: *"Lòng trời khó tin chắc, mạng số không nhất định."* Lại nói: *"Chỉ riêng mạng số là không nhất định."* Những lời ấy đều không hư dối.

Tôi từ những việc đã qua mà hiểu được rằng, mọi việc họa phúc đều do chính mình chuốc lấy. Đó chính là lời dạy của các bậc thánh hiền. Nếu cho rằng họa phúc đều do trời định sẵn, đó chỉ là lời [mê muội] của người thế tục [không biết tu tập] mà thôi.

Còn như khi chưa biết được số mạng thì sao? Đang lúc thời vận được vinh hiển, hãy thường tưởng như đang suy sụp, sa sút; đang lúc thời vận thuận lợi, hãy thường tưởng như đang gặp điều trái nghịch, trở ngại; đang lúc được ấm no đầy đủ, hãy thường tưởng như đang nghèo túng, đói thiếu; đang lúc được người người yêu kính, hãy thường tưởng như đang phải sợ sệt, lo lắng; đang lúc được quyền cao chức trọng, hãy thường tưởng như đang ở vào vị trí thấp hèn; đang lúc có được học vấn cao xa, sâu rộng, hãy thường tưởng như mình là người thiển cận, thô lậu.

Nghĩ xa thì thường lo việc nêu cao đức hạnh của tổ tiên, nghĩ gần thì thường không dám phơi bày lỗi lầm khiếm khuyết của cha mẹ. Trên phải thường nghĩ việc báo đền ơn tổ quốc, dưới phải luôn lo việc tạo phúc cho gia đình; đối với bên ngoài phải luôn nghĩ đến việc giúp người khi khẩn thiết, đối với tự thân phải luôn ngăn ngừa những ý niệm tà vạy của chính mình. Mỗi ngày đều [tự thẩm xét để] biết lỗi mình thì mỗi ngày đều có sửa lỗi; một ngày không tự biết lỗi mình thì ngày ấy vẫn an nhiên tự cho mình là đúng. Một ngày không có lỗi lầm nào được tu sửa thì ngày ấy không hề có sự tiến bộ.

Người đời không ít kẻ thông minh tài trí, nhưng sở dĩ không vun bồi phước đức cho sâu dày, không phát triển nghiệp lành cho rộng khắp, ấy chỉ vì sự quen theo nếp cũ, do dự rụt rè, không đủ quyết tâm để nỗ lực thay đổi, tự lập số mạng, nên cứ thế mà mê đắm trôi qua hết một đời.

Thuyết "tự lập số mạng" mà Thiền sư Vân Cốc đã truyền dạy quả thật hết sức sâu xa tinh túy, quả thật là một nguyên lý hết sức chân thật chính đáng. Ai có thể đọc kỹ những lời dạy này rồi gắng sức làm theo ắt sẽ không bỏ phí một đời trôi qua vô ích.

Tu sửa lỗi lầm

Các quan đại phu thời Xuân Thu khi quan sát hành vi, lời nói của một người thường dựa theo đó mà suy đoán về những điều tốt xấu, họa phúc của người đó, bao giờ cũng ứng nghiệm cả. Ngày nay, chúng ta có thể xem lại những việc này trong các sách Tả truyện, Quốc ngữ...

Nói chung, điềm báo những điều tốt lành hay tai họa đều khởi lên từ trong tâm người, rồi biểu hiện ra bên ngoài thành hành vi, lời nói. Những người hết sức nhân hậu phóng khoáng, tử tế với người khác thường được phước lành, những kẻ hết sức khắt khe hẹp hòi, bạc đãi người khác thường cận kề tai họa. Người phàm mắt thịt bị nhiều che chướng [không nhìn thấy được, do đó] cho rằng [vận số] chưa xác định nên không thể suy lường biết được.

Lòng người hết sức chân thành thì phù hợp với đạo trời. Khi phước lành sắp đến, quan sát việc làm thiện của người thì có thể biết trước được. Khi tai họa sắp xảy ra, quan sát việc làm xấu ác của người ắt cũng có thể biết trước. Nay muốn được phước lành, tránh xa tai họa, hãy khoan nói đến việc làm thiện mà trước tiên là phải lo tu sửa lỗi lầm.

Bàn về việc tu sửa lỗi lầm, điều cốt yếu trước tiên là phải khởi tâm biết xấu hổ. Hãy nghĩ đến các bậc hiền thánh từ xưa, sao cũng là thân người như ta nhưng lại có thể làm bậc thầy của muôn thuở? Còn ta vì sao suốt một đời kém cỏi, vô dụng như gạch vụn, ngói bể? Ấy chỉ vì ta mê đắm trong tình đời, lén lút làm những điều trái nghịch đạo nghĩa, lại cho rằng người khác không ai biết nên thản nhiên cao ngạo, không chút hổ thẹn, ngày sau sa đọa vào loài cầm thú mà không hề tự biết. Việc đáng xấu hổ trong đời này thật không gì lớn hơn thế nữa. Mạnh tử nói: *"Biết xấu hổ là [đức tính] quan trọng của con người. Giữ được tâm tính ấy là thánh hiền, đánh mất đi thì chẳng khác gì cầm thú."* Cho nên, khởi tâm biết xấu hổ là nền tảng cốt yếu nhất trong việc tu sửa lỗi lầm.

Điều [quan trọng] tiếp theo là phải biết khởi tâm sợ sệt [không dám làm điều sai trái]. Trời đất từ trên soi thấu, quỷ thần không dễ dối lừa. Nay ta làm điều sai trái, tuy là ở nơi ẩn khuất [không ai thấy biết], nhưng trời đất quỷ thần thật soi xét thấy rõ. Nếu là tội nặng, ắt sẽ giáng xuống trăm tai ngàn họa; nếu là tội nhẹ, ắt sẽ hao tổn phước đức hiện có; như thế làm sao có thể không lo sợ?

Không chỉ ở nơi vắng vẻ khuất tất là như thế, mà giữa những chốn đông người qua lại cũng như thế, cho dù ta cố che giấu thật kín đáo, biện bạch thật khéo léo, nhưng những điều giấu trong gan ruột rồi cũng sẽ sớm lộ ra, rốt cuộc cũng không thể tự dối lòng mình. Đến khi bị người khác phát hiện biết rõ [việc xấu mình làm, thì nhân cách tự thân] thật chẳng đáng một xu! Như vậy có thể không sợ được sao?

Hơn nữa, chỉ cần chúng ta còn một hơi thở thì dù tội lỗi lớn đến đâu cũng có thể hối cải. Xưa có người suốt đời làm việc xấu ác, đến khi sắp chết mới tỉnh ngộ hối lỗi, phát khởi một niệm lành, liền được kết quả tốt đẹp. Cho nên nói rằng, khởi một niệm lành hết sức mạnh mẽ có thể đối trị được những điều xấu ác trong cả trăm năm. Cũng giống như hang sâu tăm tối ngàn năm, chỉ một ngọn đèn vừa chiếu sáng thì bóng tối ngàn năm lập tức bị phá trừ. Vì thế, những việc lỗi lầm bất luận là phạm vào đã lâu hay chỉ mới gần đây, phải lấy việc biết tu sửa là điều đáng quý nhất.

Cuộc đời vô thường, thân người hết sức mong manh dễ mất, chỉ một hơi thở dừng lại không tiếp nối thì dù muốn hối cải tu sửa cũng không còn kịp nữa. Khi ấy thì trên chốn dương gian phải cam chịu tiếng xấu ngàn năm, cho dù con thảo cháu hiền cũng không thể thay ta rửa sạch; lại dưới cõi u minh ắt phải trầm luân ngàn kiếp trong địa ngục cam chịu nghiệp báo, cho dù là các vị thánh hiền hay Phật, Bồ Tát cũng không thể dẫn dắt cứu ta ra khỏi. Ôi, như thế có thể nào không sợ được sao?

Điều [quan trọng] thứ ba là phải phát tâm [tu sửa] thật dũng mãnh. Người đời đa phần không thể tu sửa lỗi lầm là vì cứ quen theo nếp cũ mà sa đọa, chúng ta cần phải phấn chấn mạnh mẽ vươn lên, không được phân vân trì trệ, không được chậm trễ dùng dằng. Đối với lỗi nhỏ nhặt phải xem như bị gai đâm vào thịt, cần nhanh chóng lấy ra. Đối với lỗi nặng nề nghiêm trọng, phải xem như bị rắn độc cắn vào ngón tay, lập tức chặt bỏ không chút chần chừ. Đó là nói đến lợi ích của [sự phát tâm dũng mãnh, nhanh chóng như] sấm chớp, như gió mạnh.

Phát khởi đầy đủ 3 tâm niệm như trên, [biết hổ thẹn, biết sợ sệt lỗi lầm và quyết tâm tu sửa thật dũng mãnh] thì mỗi khi mắc phải lỗi lầm liền sửa đổi được ngay. Ví như lớp băng mùa xuân gặp ánh mặt trời, lo gì không tan chảy?

Tuy nhiên, lỗi lầm xấu ác của con người có thể theo nơi sự việc biểu hiện mà tu sửa, cũng có thể dựa trên sự suy xét đạo lý mà tu sửa, lại cũng có thể ngay từ trong tâm ý mà tu sửa. Mỗi phương cách tu sửa như vậy đòi hỏi công phu khác nhau, mà hiệu quả cũng khác nhau.

Chẳng hạn như ngày trước thường giết hại sinh mạng, nay giữ giới không giết hại; hoặc như ngày trước thường nóng giận, nay cố ngăn giữ không còn nóng giận. Những sự tu sửa như thế là theo nơi sự việc biểu hiện mà tu sửa. Tu sửa theo cách như vậy là cố sức kiềm chế [sự việc đã biểu lộ ra] bên ngoài, nên thật hết sức khó khăn, nhưng cội gốc của những lỗi lầm ấy rốt cuộc vẫn còn nguyên đó, trừ bỏ nơi này lại nảy sinh nơi khác, thật không phải phương cách rốt ráo để tu sửa triệt để mọi lỗi lầm.

Người khéo léo hơn trong việc tu sửa lỗi lầm thì khi sự việc còn chưa biểu lộ ra bên ngoài đã sớm suy xét đạo lý của sự việc ấy. Chẳng hạn như đối với việc giết hại sinh mạng, liền suy xét theo đạo lý rằng: "Trời đất luôn có đức hiếu sinh, muôn loài đều tham sống sợ chết, nay ta giết hại loài vật để nuôi dưỡng thân mình, làm sao có thể tự thấy an ổn trong lòng? Hơn nữa, con vật bị giết kia, đã bị đâm chém cắt xẻo, rồi lại bị cho vào nồi nước sôi, chảo dầu nóng, đau đớn thống khổ thấu tận xương tủy, ta lại dùng thân xác nó để nuôi dưỡng mình, dẫu có bày ra thành trăm món ngon lạ, ăn qua khỏi miệng cũng đều tiêu mất. Trong khi đó, chỉ cần canh rau đơn sơ cũng đủ no bụng, vì sao phải giết hại sinh mạng của muôn loài, làm tổn hại đến phước đức của mình?"

Lại suy xét đến việc hết thảy muôn loài có máu thịt, khí chất, cũng đều có linh tính, tri giác. Đã có linh tính, tri giác thì đối với [loài người] chúng ta cũng là cùng một bản thể. Nay tự thân ta đã không thể tu tập thành bậc chí tôn chí đức để muôn loài phải tôn kính, gần gũi nương cậy ta, lẽ nào lại còn xuống tay giết hại sinh mạng của chúng, khiến chúng phải đem lòng oán hận, căm thù ta không sao nói hết?

Suy xét được thấu đáo những điều như thế thì khi nhìn thấy món ăn [do giết hại mà có] ắt phải hết sức đau lòng, không thể nào nuốt trôi qua khỏi cổ.

Hoặc như trước đây vốn thường nóng giận, liền suy xét rằng: "Đối với người có chỗ [cư xử kém cỏi] chẳng bằng ta, xét về tình thì nên khởi lòng thương xót họ mới đúng; đối với người làm việc trái lý lẽ [xúc phạm ta] thì đó là sai trái của họ, nào có liên quan gì đến ta?" Nghĩ như thế thì thấy thật không có gì để giận dữ cả.

Lại suy xét rằng, trong thiên hạ chẳng có bậc hào kiệt nào lại tự mãn luôn cho mình là đúng, cũng không có học thuyết nào dạy ta oán ghét người khác. Công hạnh có điều chưa đạt được đều là do phước đức tự thân ta chưa tu tập đúng mức, chưa đủ cảm hóa người khác, ta cần phải lấy những điều đó để tự phản tỉnh, suy xét về bản thân mình. Như vậy thì khi có người đến phỉ báng, làm nhục, liền xem đó như sự cọ xát, rèn luyện [giúp đá thô] thành ngọc quý, như thế ắt phải vui mừng đón nhận, làm sao có thể nổi giận?

Hơn thế nữa, nếu ta bị phỉ báng mà không nổi giận, thì những lời xúc phạm ấy dù có nhiều đến đâu cũng chỉ như kẻ đốt lửa giữa khoảng không, rốt cuộc cũng phải tự lịm tắt. Bằng như nghe lời phỉ báng mà nổi giận thì cho dù hết lòng khéo léo biện bạch cũng chẳng khác nào con tằm mùa xuân nhả tơ làm kén, ngày càng tự trói chặt lấy chính mình. Như vậy, sự nóng giận chẳng những là vô ích mà còn gây hại nữa.

Đối với với hết thảy những lỗi lầm xấu ác khác cũng đều dựa theo đạo lý mà suy xét như thế. Nếu sự suy xét đạo lý đã được rõ ràng sáng tỏ thì mọi lỗi lầm xấu ác đều sẽ tự chấm dứt.

Thế nào là tu sửa lỗi lầm ngay từ trong tâm? [Đó là tự xét rằng], lỗi lầm xấu ác của con người có vô số nguyên nhân, nhưng hết thảy đều do tâm tạo tác. Nếu trong tâm mình an nhiên bất động thì lỗi lầm dựa vào đâu mà sinh khởi? Người tu học [phương pháp sửa lỗi này] đối với những lỗi lầm xấu ác như háo sắc, tham danh, tham tiền của, dễ nóng giận v.v... không cần thiết phải truy đuổi tìm kiếm đối trị từng loại, chỉ cần một lòng chuyên chú làm thiện, lúc nào cũng duy trì ý niệm chân chánh, thì bao nhiêu ý niệm tà vạy xấu ác sẽ tự nhiên không thể khởi lên làm ô nhiễm. Ví như khi mặt trời rực sáng giữa không trung, các loài yêu ma quỷ quái thảy đều trốn mất. Đây là [phương pháp sửa lỗi] chân truyền tinh tế nhất. Mọi lỗi lầm đều do tâm tạo tác, nên cũng do nơi tâm mà sửa đổi. Ví như việc đốn trừ loài cây độc, phải trực tiếp chặt phá ngay vào gốc rễ, đâu cần phải đốn tỉa từng cành nhánh, ngắt bỏ từng chiếc lá?

Nói chung thì phương pháp đối trị [lỗi lầm] ngay từ trong tâm là vượt trội và [hiệu quả] hơn hết. Đang khi tu tập giữ tâm thanh tịnh, nếu trong tâm vừa khởi động niệm [xấu ác] liền tức thời rõ biết; rõ biết rồi thì niệm [xấu ác đó] liền tự nhiên không còn nữa.

Bằng như chưa đủ sức để tu tập theo phương pháp trị tâm, thì nên dùng phương pháp suy xét rõ ràng theo đạo lý để trừ bỏ lỗi lầm.

Nếu vẫn chưa đủ sức dùng phương pháp suy lý, thì nên dùng phương pháp đối trị theo sự việc [sai trái] đã biểu hiện.

Nếu như sử dụng phương pháp trị tâm cao nhất, đồng thời kèm theo những phương pháp còn lại, như vậy cũng chẳng có gì sai lầm. Nhưng nếu chỉ biết sử dụng những phương pháp kém hiệu quả mà không biết đến phương pháp vượt trội hơn thì thật là khờ dại.

Cho nên, khi phát nguyện sửa đổi lỗi lầm xấu ác, thì giữa nơi sáng rõ nên cầu được bạn tốt nhắc nhở, ở chỗ u tối khuất lấp nên nguyện có quỷ thần soi xét chứng minh. Hết lòng sám hối [những tội lỗi đã qua], ngày đêm không chút giải đãi buông lung, trải qua một tuần, hai tuần, cho đến một tháng, hai tháng, ba tháng... ắt phải có hiệu quả ứng nghiệm. Chẳng hạn như cảm thấy tinh thần điềm nhiên, thư thái khoáng đạt; hoặc cảm thấy như trí tuệ khai mở, hốt nhiên sáng suốt; hoặc có những lúc rơi vào cảnh rối ren phiền nhiễu nhưng cảm xúc, suy nghĩ đều suốt thông không vướng mắc; hoặc có những lúc gặp kẻ oán thù nhưng có thể bình tâm đổi giận làm vui; hoặc mơ thấy nôn mửa ra vật đen tối; hoặc mộng thấy các bậc hiền thánh ngày trước hiện đến dắt dẫn ân cần; hoặc mơ thấy mình đi lại nhẹ nhàng trên hư không, hoặc mộng thấy những thứ như cờ phướn, lọng quý, đủ mọi cảnh tượng thù thắng tốt đẹp... Hết thảy những điều như thế đều là biểu hiện của việc đã dứt trừ được lỗi lầm xấu ác. Tuy nhiên, không được bám chấp vào những thành tựu như thế mà vội khởi tâm cao ngạo tự mãn, vì như thế sẽ ngăn trở ta không thể tiến bộ thêm nữa.

Xưa có người tên Cừ Bá Ngọc, khoảng năm 20 tuổi đã thấy rõ được những lỗi lầm xấu ác trước đây của mình và dứt trừ sửa đổi được hết thảy. Sang đến năm 21 tuổi mới biết những sự cải hối trước đây của mình thật ra vẫn chưa dứt hết [được lỗi lầm]. Sang năm 22 tuổi thì ông nhìn lại năm 21 tuổi, [quan sát những việc đã qua] như trong giấc mộng, [lại tiếp tục sửa lỗi]. Cứ như thế năm này sang năm khác, ông vẫn kiên trì tuần tự sửa lỗi. Cho đến năm 50 tuổi vẫn còn [nhìn lại] thấy được lỗi lầm của năm 49 tuổi.

Việc học sửa lỗi của người xưa là như thế. Chúng ta đều là những kẻ phàm tục tầm thường, những điều lỗi lầm xấu ác tích tụ dẫy đầy không kể xiết, thế mà khi nhìn lại những việc đã qua lại thường chẳng thấy được lỗi lầm chi cả! Ấy là bởi tâm mê muội nên mắt bị che mờ.

Tuy nhiên, con người khi lỗi lầm xấu ác quá sâu nặng cũng có những biểu hiện có thể thấy được. Chẳng hạn như tinh thần u ám, bế tắc, nói trước quên sau, hoặc không duyên cớ gì nhưng trong tâm vẫn thường phiền não, bực dọc; hoặc đối diện với người hiền lương quân tử thì cảm thấy hổ thẹn ngượng ngùng; hoặc được nghe những lời bàn luận chân chánh nhưng lại không vui thích; hoặc thường bị rơi vào cảnh làm ơn mắc oán; hoặc đêm nằm mộng thấy những chuyện điên đảo trái nghịch... Nếu nặng nề quá có thể sinh ra nói năng lộn xộn, tâm thần bất định... Hết thảy những điều như vậy đều là biểu hiện của việc làm xấu ác. Nếu thấy có một trong những biểu hiện như thế thì phải lập tức phát tâm mạnh mẽ phấn chấn, quyết lòng dứt bỏ lỗi cũ, dựng xây đời mới.

Mong sao người đọc [hiểu đúng được những điều như trên để] không tự dối mình.

Tích chứa điều lành

Kinh Dịch nói: *"Nhà nào tích chứa điều lành ắt có thừa niềm vui."* Thuở xưa, họ Nhan mang con gái gả cho Thúc Lương Hột vì xét thấy tổ tiên nhiều đời của ông này từng tạo nhiều phước đức, do đó tin chắc rằng con cháu về sau ắt phải được hưng thịnh, tốt đẹp.[1] Đức Khổng tử khi ngợi khen vua Thuấn là bậc đại hiếu có nói rằng: *"Tông miếu tổ tiên được thờ kính, con cháu nhiều đời gìn giữ phước lành."* Những lời như thế đều là sự luận giải rốt ráo, rõ ràng. Nay ta lại thử đem những chuyện có thật đã qua để chứng minh cho lập luận này.

Quan Thiếu sư họ Dương, tên Vinh, quê ở huyện Kiến Ninh,[2] tổ tiên nhiều đời làm nghề chèo thuyền [đưa người sang sông] để

---

[1] Thúc Lương Hột về sau sinh ra một bậc thánh nhân, chính là đức Khổng tử.
[2] Huyện này thuộc tỉnh Phúc Kiến. Tiên sinh An Sĩ đã có kể lại câu chuyện này trong phần Giảng rộng nghĩa lý bài văn Âm chất, quyển Hạ, phần giảng rộng câu "Sông rộng giúp thuyền bè đưa người qua lại". Ở đây chúng tôi dịch sát theo văn của Viên Liễu Phàm.

sinh sống. Gặp lúc trời mưa lâu, nước sông suối dâng cao, dòng chảy rất xiết, cuốn trôi cả những vùng dân cư, người chết đuối cứ theo dòng sông mà trôi xuống. Những thuyền khác đều tranh nhau vớt lấy tài sản quý giá trôi trên sông, chỉ riêng ông cố và ông nội của Thiếu sư, hai người đều hết sức lo việc cứu người, hoàn toàn không vớt lấy một chút tài vật nào. Người trong làng đều cười chê họ là ngu dại.

Đến khi cha của Thiếu sư ra đời, gia đình dần dần khá giả lên. Bỗng có vị thần hóa hình thành một đạo nhân đến bảo người nhà rằng: "Tổ phụ các người có âm đức lớn, con cháu sẽ được giàu có vinh hiển, nên cải táng [mộ tổ phụ] vào chỗ đất này..." Nói rồi chỉ cho một chỗ đất. Người nhà y theo chỉ dẫn của đạo nhân mà cải táng. Chỗ ấy sau này các thầy địa lý đều gọi là gò bạch thố.

Về sau sinh ra Thiếu sư, còn nhỏ tuổi[1] đã thi cử đỗ đạt, làm quan tước vị lên đến Tam

---

[1] Nguyên tác dùng "nhược quán" (弱冠) tức là lễ đội mũ. Ngày xưa làm lễ này để đánh dấu lúc người con trai thực sự trưởng thành, thường là vào năm 20 tuổi. Tuy nhiên, theo ước lệ thì từ này được dùng chỉ chung những người trẻ tuổi, vừa mới trưởng thành.

Tích chứa điều lành

công. Ông cố và ông nội của Thiếu sư đều được triều đình truy tặng quan tước như vậy. Con cháu về sau đều được hưng thịnh, tốt đẹp, cho đến nay[1] vẫn còn nhiều người hiền đức.

○

Dương Tự Trừng người huyện Ngân,[2] ban đầu vốn chỉ là một viên thư lại trong nha huyện, luôn giữ lòng nhân hậu, thi hành pháp luật một cách công bình. Quan huyện khi ấy là người nghiêm khắc, một hôm tùy tiện dùng roi đánh một người tù đến nỗi máu chảy đầy sân mà vẫn chưa hết cơn giận. Họ Dương quỳ xuống xin tha. Quan huyện nói: "Người này vi phạm pháp luật, làm trái đạo lý, ta làm sao có thể không tức giận?" Tự Trừng khấu đầu thưa rằng: "[Tăng tử có nói:] 'Bề trên lỗi đạo, dân chúng phóng túng buông thả đã lâu,

---

[1] Tức là vào thời của Viên Liễu Phàm.
[2] Huyện Ngân ngày nay là huyện Ninh Ba, thuộc tỉnh Chiết Giang. Tiên sinh An Sĩ có kể chuyện ông này trong phần Giảng rộng nghĩa lý bài văn Âm chất, quyển Hạ, phần giảng rộng câu "Hết thảy việc ác quyết không làm, hết thảy việc lành xin vâng theo", chuyện "Chịu đói nuôi tù", nhưng chép tên là Dương Sĩ Trừng (楊士懲) và có một vài chi tiết nhỏ khác biệt. Ở đây chúng tôi dịch sát theo văn của Viên Liễu Phàm.

như hiểu được tình cảnh đó thì [khi xét xử tội trạng] nên thương xót họ, chớ lấy [việc trừng phạt được tội ác] làm vui."[1] [Theo như lời ấy thì] vui còn không được, huống chi lại nổi giận?" Quan huyện nghe lời ấy rồi liền thôi không giận nữa.

Nhà Tự Trừng rất nghèo, nhưng có ai mang quà biếu đến đều tuyệt đối không nhận. Gặp lúc thiếu lương thực, tù nhân phải chịu đói, ông thường tìm đủ mọi cách để có cho họ ăn. Ngày kia, có thêm một số tù nhân mới được giải đến đang đợi cho ăn, gặp lúc nhà ông đã gần hết gạo, nếu mang cấp cho tù nhân thì cả nhà phải chịu đói, nếu giữ gạo lại ăn thì những người tù kia thật đáng thương. Ông liền đem việc ấy bàn với vợ. Vợ ông hỏi: "Những người tù ấy từ đâu chuyển đến?" Ông

---

[1] Ở đây họ Dương dẫn lời Tăng tử trong sách Luận ngữ. Khi Dương Phu được mời ra làm quan phụ trách hình pháp, có đến xin Tăng tử chỉ dạy. Ông nói: "上失其道，民散久矣！如得其情，則哀矜而勿喜。- Thượng thất kỳ đạo, dân tán cửu hỹ. Như đắc kỳ tình, tắc ai căng nhi vật hỹ." (Bề trên lỗi đạo, dân chúng phóng túng buông thả đã lâu, như hiểu được tình cảnh đó thì [khi xét xử tội trạng] nên thương xót họ, chớ lấy [việc trừng phạt được tội ác] làm vui.) Xem sách Luận ngữ, chương thứ 19 - Tử Trương, tiết thứ 19.

Tích chứa điều lành

đáp: "Từ Hàng Châu đến, dọc đường đã phải chịu đói rất lâu, thấy rõ sắc mặt xanh lè!" Nhân đó, [vợ chồng] ông liền lấy hết số gạo còn lại trong nhà, nấu cháo mang đến cho tù nhân ăn.

Về sau, ông sinh được 2 người con trai. Con trưởng là Dương Thủ Trần, con thứ là Dương Thủ Chỉ, cả 2 đều làm quan Lại Bộ Thị lang ở 2 vùng Nam (kinh) và Bắc (kinh).[1] Lại có 2 người cháu nội, cháu lớn làm quan đến chức Hình Bộ Thị lang, cháu nhỏ làm quan Liêm Hiến[2] ở tỉnh Tứ Xuyên, đều là những vị quan có danh tiếng. Ngày nay,[3] các ông Sở Đình, Đức Chính đều là con cháu của Dương Tự Trừng.

○

Trong khoảng niên hiệu Chính Thống,[4] Đặng Mậu Thất cầm đầu nổi loạn ở Phúc Kiến, những kẻ có học và dân thường cùng

---

[1] Tiên sinh An Sĩ chỉ đề cập đến một người con của ông này là Dương Thủ Trần, làm quan đến chức Hàn Lâm Học sĩ.
[2] Liêm Hiến: chức quan này về sau gọi là Án Sát, phụ trách về hình sự.
[3] Tức vào thời tiên sinh Viên Liễu Phàm.
[4] Niên hiệu Chính Thống là vào đời vua Minh Anh Tông, kéo dài từ năm 1436 đến năm 1449.

theo hưởng ứng rất đông. Triều đình cử quan Đô hiến là Trương Giai từ huyện Ngân kéo quân về phía nam để chinh phạt. Trương Đô hiến dùng mưu bắt được giặc loạn, sau đó liền cử viên Đô sự họ Tạ thuộc Bố Chánh ty [của tỉnh Phúc Kiến] đi truy lùng bắt giết những kẻ theo giặc loạn. Tạ Đô sự cố sức điều tra được danh sách những người đã theo giặc. Sau đó, đối với những gia đình nào không có tên trong danh sách liền kín đáo sai người đến trao cho một lá cờ nhỏ bằng vải trắng, dặn họ vào ngày quân binh truy quét thì cắm lá cờ ấy trước cửa. Tạ Đô sự lại nghiêm cấm quân lính không được giết người bừa bãi, nhờ vậy mà cứu sống được đến hàng vạn người [không phải chết oan].

Về sau, con trai của Tạ Đô sự là Tạ Thiên thi đỗ Trạng nguyên, làm quan đến chức Tể tướng. Cháu nội là Tạ Phi cũng đỗ Thám hoa.

o

Ở huyện Bồ Điền [thuộc tỉnh Phúc Kiến] có nhà họ Lâm, đời trước có một lão bà ưa thích làm điều thiện, thường làm bánh bột gạo rồi đem bố thí cho người, ai đến xin cũng cho, không chút phiền hà. Có một vị tiên hóa hình làm đạo nhân, sáng nào cũng đến xin đến 6, 7 cái bánh. Lão bà ngày nào cũng đưa cho, trải qua 3 năm đều đặn như vậy. Vị tiên thấy được tấm lòng chân thành của bà rồi, liền nói: "Ta ăn bánh của bà đã 3 năm, biết làm sao đền đáp? Sau nhà bà có một chỗ đất, [khi nào bà mất đi, dặn trước người nhà hãy] chôn cất bà nơi ấy, con cháu về sau sẽ được hưởng quan tước nhiều như số hạt mè trong một thăng mè."

Người con trai theo lời mẹ dặn, chôn cất lão bà nơi chỗ đất ấy. Ngay đời sau đó đã có 9 người đỗ đạt. Trải qua nhiều đời sau nữa thì những người quyền quý quan tước trong họ ấy rất nhiều. Tỉnh Phúc Kiến có lưu truyền câu tục ngữ rằng: "Không có họ Lâm thì không lập được bảng vàng" [ý nói không một khoa thi nào lại không có người họ Lâm đỗ đạt].

O

Cha của quan Thái sử Phùng Trác Am[1] khi còn học ở trường huyện, vào một ngày mùa đông cực kỳ rét buốt, dậy sớm đến trường học,

---

[1] Tiên sinh An Sĩ có kể lại câu chuyện này phần Giảng rộng nghĩa lý bài văn Âm chất, quyển Thượng, phần giảng rộng câu "Chu cấp cơm ăn áo mặc cho người lỡ đường đói rét", với một số chi tiết hơi khác biệt. Ở đây chúng tôi dịch sát theo văn của Viên Liễu Phàm.

giữa đường bỗng nhìn thấy một người bị ngã nằm trong đống tuyết, đến sờ vào thì thấy đã bị tê cứng đến nửa người rồi. Ông liền cởi chiếc áo ấm đang mặc ra đắp cho người ấy, rồi đưa về nhà cứu sống.

Sau đó, ông mộng thấy một vị thần bảo rằng: "Ông cứu được một mạng người, có tâm chí thành, nay ta sai Hàn Kỳ[1] đến làm con ông." [Nhân đó nên] đến khi sinh con trai liền đặt tên là Phùng Kỳ, [sau mới lấy hiệu là Trác Am].

○

Quan Thượng thư họ Ưng người Đài Châu [thuộc tỉnh Chiết Giang], thuở còn thanh niên học tập trong vùng núi, ban đêm có bọn ma quỷ tụ tập kêu rú, thường khiến mọi người kinh sợ, nhưng riêng ông không chút sợ sệt.

Một đêm nọ, ông nghe tiếng quỷ nói: "Có một phụ nữ kia vì chồng đi xa đã lâu không về, cha mẹ chồng [nghĩ là con mình đã chết nên] ép cô ấy phải lấy chồng khác. [Cô ấy không chịu nên] đêm mai sẽ thắt cổ tự tử ở nơi ấy. Vậy là ta có người thế thân rồi."

---

[1] Hàn Kỳ (1008-1075) vốn là một vị Tể tướng có tài văn võ song toàn vào đời Tống.

Họ Ưng nghe biết được tên người phụ nữ trong câu chuyện, liền ngầm bán ruộng nhà được 4 lượng bạc, rồi viết một bức thư giả làm thư của người chồng gửi về nhà, kèm theo cả 4 lượng bạc. Cha mẹ chồng của người phụ nữ kia được thư, xem chữ viết không phải của con mình nên nghi ngờ, nhưng rồi lại nghĩ: "Thư có thể giả, nhưng tiền làm sao giả được?" Vì thế, họ cho rằng con mình vẫn bình an không xảy ra chuyện gì. Người phụ nữ kia nhờ vậy không [bị ép] lấy chồng khác.

Về sau, người chồng quay về, vợ chồng lại được đoàn tụ như xưa. Một đêm, họ Ưng lại nghe quỷ nói với nhau: "Ta đã sắp có người thế thân, chỉ do gã tú tài này phá hỏng chuyện của ta." Có con quỷ gần đó hỏi: "Sao mày không hại nó?" Quỷ kia đáp rằng: "Thượng đế thấy người này tâm địa tốt lành nên đã truyền lệnh ghi âm đức cho ông ta sau này sẽ làm quan Thượng thư, tao làm sao có thể hại được?"

Họ Ưng nghe như vậy càng thêm nỗ lực, việc thiện ngày càng làm được nhiều hơn, phước đức càng thêm sâu dày. Gặp năm mất mùa đói kém, ông liền mang gạo của nhà ra cứu giúp cho người đói; gặp người thân thích có việc nguy cấp, ông liền ân cần giúp đỡ họ vượt qua; gặp những hoàn cảnh trái nghịch, ông thường quay lại tự xét lỗi mình rồi vui vẻ chấp nhận. Con cháu của ông đỗ đạt thành danh, tính đến nay[1] số lượng rất nhiều.

○

Huyện Thường Thục [thuộc tỉnh Giang Tô] có người tên Từ Thức, hiệu Phượng Trúc. Cha ông vốn là người giàu có. Gặp một năm mất mùa đói kém, cha ông là người trước tiên trong toàn huyện đề xướng việc hủy bỏ không thu tô [của nông dân], sau đó lại mang lúa gạo trong nhà ra phân phát cứu giúp người đói thiếu. Đến đêm nghe tiếng quỷ thần nơi cửa trước hô to rằng: "Ngàn vạn lần quyết không lừa dối, tú tài nhà họ Từ sẽ đỗ cử nhân." Nhiều đêm liên tiếp đều nghe tiếng hô to như vậy. Năm ấy, Phượng Trúc dự kỳ thi Hương quả nhiên đỗ cử nhân. Cha ông nhân đó càng nỗ lực làm thiện, ngày càng nhiều hơn, không chút biếng trễ. Những việc như tu sửa cầu đường, cúng dường trai tăng, cứu giúp người nghèo đói... cho đến hết thảy những việc mang lại lợi ích [cho người khác]

---

[1] Tức là vào thời đại của tiên sinh Viên Liễu Phàm.

Tích chứa điều lành

ông đều cố hết sức làm. Về sau lại nghe tiếng quỷ thần hô to nơi cửa trước rằng: "Ngàn vạn lần quyết không lừa dối, cử nhân nhà họ Từ sẽ làm quan đến chức Đô Đường."[1] Về sau, Phượng Trúc [quả nhiên] làm quan đến chức Tuần phủ Lưỡng Chiết.[2]

○

Có viên Chủ sự bộ Hình tên Đỗ Khang Hy là người quê ở phủ Gia Hưng [thuộc tỉnh Chiết Giang]. Một đêm nọ, ông vào trong ngục, thận trọng tra hỏi tỉ mỉ trường hợp của từng người tù, qua đó phát hiện được một số

---

[1] Danh xưng Đô Đường vào đời nhà Đường chỉ chung 6 vị quan Thượng thư, vì nơi làm việc của họ đặt chung trong một tòa nhà gọi là Đô Đường. Phía đông gồm bộ Lại, bộ Hộ, bộ Lễ; phía tây gồm bộ Hình, bộ Binh, bộ Công. Triều Đường, triều Tống, triều Kim đều gọi nơi làm việc của vị quan đầu tỉnh là Đô Đường, nên quan đầu tỉnh cũng gọi là Đô Đường. Triều Minh dùng danh xưng Đô Đường để gọi các quan đứng đầu Đô Sát viện, như Đô Ngự sử, Phó Đô Ngự sử... Các quan tuần phủ được phong các quan hàm như trên cũng đều được gọi là Đô Đường. Đây là trường hợp của của Từ Phượng Trúc, vì ông được phong làm Tuần phủ Lưỡng Chiết.

[2] Lưỡng Chiết: danh xưng có từ đời Bắc Tống, bao gồm Chiết Đông và Chiết Tây, về sau đều hợp lại thuộc địa phận tỉnh Chiết Giang.

người vô tội. Ông không lấy đó làm công lao của riêng mình, liền bí mật viết hết lời khai của các tù nhân thành văn bản trình lên quan Thượng thư bộ Hình. Sáng sớm hôm sau khi xét xử tội nhân, quan Thượng thư dựa theo những lời ông đã báo lên mà tra hỏi, hết thảy tù nhân đều khâm phục nhận chịu, nhờ đó làm rõ và phóng thích được hơn mười người bị oan. Bấy giờ, [qua sự việc ấy,] dân chúng ở kinh đô đều ca tụng quan Thượng thư là người sáng suốt.

Đồ Khang Hy lại thưa với quan Thượng thư rằng: "Ngay ở chốn kinh thành mà còn có nhiều người dân bị oan ức, dân chúng bốn phương số nhiều đến hàng triệu người, lẽ nào lại không có những kẻ bị oan? Vì thế, cứ 5 năm một lần triều đình nên cử một vị quan Giảm hình [về các địa phương] tra xét sự thật [các vụ án] để phán xử lại cho công bằng." Quan Thượng thư trình tấu đề nghị ấy lên triều đình, được chuẩn y. Bấy giờ, Đồ Khang Hy cũng được đề cử làm một trong số các quan Giảm hình.

Đêm nọ, Đồ Khang Hy mộng thấy một vị thần bảo rằng: "Mạng số của ông vốn không có con, nay ông đề nghị việc giảm hình rất hợp

Tích chứa điều lành

lòng trời, Ngọc Đế ban cho ông 3 người con, về sau đều sẽ được áo tía đai vàng."[1] Đêm ấy, vợ ông có thai rồi sinh ra con trai là Đồ Ứng Huân. Sau lại sinh được Đồ Ứng Khôn, Đồ Ứng Tuấn. Cả ba người con ấy sau đều được quan tước hiển vinh.

o

Phủ Gia Hưng [thuộc tỉnh Chiết Giang] có người tên Bao Bằng, tự là Tín Chi. Cha ông làm quan Thái thú Trì Dương,[2] sinh được 7 người con. Bao Bằng là con út, làm rể nhà họ Viên ở huyện Bình Hồ [cũng thuộc phủ Gia Hưng]. Ông Bao Bằng với cha tôi[3] có giao tình hết sức thân mật. Ông học rộng tài cao nhưng đi thi nhiều lần không đỗ, [liền quay sang] chú tâm vào Phật học và Lão học.[4] Một hôm, ông dạo chơi ở Mão Hồ về phương đông, bỗng gặp một

---

[1] Áo tía đai vàng: có nghĩa là được đỗ đạt làm quan hiển hách. Áo tía (tử y) và đai vàng (kim yêu) đều là những thứ do triều đình ban tặng cho người có công trạng.
[2] Trì Dương: nay là huyện Kinh Dương và một phần của huyện Tam Nguyên, đều thuộc quận Hàm Dương, tỉnh Thiểm Tây.
[3] Tức tiên sinh Viên Liễu Phàm tự kể lại chuyện này.
[4] Nguyên bản dùng nhị thị (二氏) để chỉ đạo Phật và đạo Lão.

ngôi chùa làng có pho tượng Quán Âm [đứng trong chùa mà] bị nước dột thấm ướt hết. Ông lục trong túi còn được 10 lượng bạc, liền trao hết cho thầy trụ trì để tu sửa mái chùa. Thầy trụ trì nói việc này tốn kém nhiều mà tiền như vậy quá ít, e không thể làm được. Bao Bằng liền lấy ra bốn xấp vải Tùng,[1] lại soát trong rương hành lý được bảy cái áo vải kép loại tốt, chỉ vừa mới mua, liền trao tất cả cho thầy trụ trì. Người hầu có ý ngăn cản, Bao Bằng liền nói: "Chỉ cần thánh tượng Bồ Tát không bị hư hoại, ta dù không mặc áo cũng chẳng hề gì." Thầy trụ trì cảm động rơi nước mắt, nói: "Đem tiền, vải, áo cúng dường, cũng không phải việc khó làm, nhưng tâm chí thành như ông thật không dễ có!"

Khi việc tu sửa ngôi chùa đã hoàn thành, Bao Bằng lại đưa cha mình cùng đi đến viếng chùa, nghỉ đêm lại đó. Ông mộng thấy có vị hộ pháp đến cảm tạ và nói: "Con ông sẽ được hưởng lộc ở đời."

Về sau, con trai ông là Bao Biện, cháu nội là Bao Sanh Phương, đều đỗ đạt làm quan vinh hiển.

---

[1] Vải Tùng: loại vải đặc biệt được sản xuất tại Tùng Giang.

Tích chứa điều lành

○

Huyện Gia Thiện [thuộc tỉnh Chiết Giang] có người tên Chi Lập. Cha ông trước đây là một viên thư lại giúp việc hình án trong huyện. Có người tù vô tội nhưng bị hãm hại phải chịu tội tử hình. Ông thấy vậy thương xót, muốn tìm cách xin cho được sống. Người tù [nhân lúc vợ vào thăm] nói với vợ rằng: "Ông Chi có lòng tốt cứu giúp, tôi thật hổ thẹn không biết lấy gì báo đáp. Ngày mai nàng hãy mời ông ấy đến nhà chơi, xin được đem thân hầu hạ chăn gối. Nếu ông ấy chấp nhận thì tôi có thể giữ được mạng sống." Người vợ khóc mà vâng lời.

Hôm sau, khi ông Chi đến nhà, người vợ tự mình ra hầu rượu, nói rõ ý chồng mình. Ông Chi không chấp nhận, nhưng sau đó vẫn đem hết sức lo liệu sự việc. Khi người tù được tha, vợ chồng cùng đến nhà ông bái tạ rồi nói: "Ân đức của ông thật trên đời hiếm có. Nay biết ông không có con, chúng tôi có đứa con gái vừa lớn, xin cho được theo làm hầu thiếp lo liệu việc nhà. Như vậy cũng là theo đúng lễ nghi."

Ông Chi liền lo đủ lễ vật mà cưới về. Sau sinh ra Chi Lập, 20 tuổi đã thi đỗ đầu bảng, sau làm quan đến chức Khổng Mục trong Hàn Lâm viện.

Chi Lập sinh con là Chi Cao, Chi Cao sinh ra Chi Lộc, đều đỗ cử nhân, học vấn uyên bác. Chi Lộc lại sinh ra Chi Đại Luân thi đỗ tiến sĩ.[1]

o

Mười trường hợp vừa kể trên, việc làm của mỗi người đều khác biệt, nhưng giống nhau ở một điểm: tất cả đều là việc thiện. Tuy nhiên, xét đến chỗ tinh yếu cặn kẽ mà nói thì việc làm thiện còn có phân ra chân thật khác với giả dối, ngay thẳng khác với tà vạy, tích âm đức khác với tạo phước ở đời, đúng đắn khác với sai lầm, lệch lạc khác với chính đáng, một phần khác với trọn vẹn, lớn lao khác với nhỏ nhặt, khó khăn khác với dễ dàng. Hết thảy

---

[1] Chi Đại Luân thi đỗ tiến sĩ vào niên hiệu Vạn Lịch thứ hai (1574), như vậy ông là người đồng thời và đỗ tiến sĩ trước Viên Liễu Phàm 12 năm. Ông được bổ làm quan trải qua nhiều chức vụ, cuối cùng là Tri huyện Phụng Tân. Ông có để lại nhiều tác phẩm như: Thế mục lưỡng triều biên niên sử, Chi tử dư tập, Hoa tụy từ...

đều nên luận xét đến chỗ sâu xa. Nếu làm việc thiện mà không thấu hiểu cặn kẽ đạo lý, ắt có khi tưởng mình đang làm việc thiện mà không biết đó là tạo nghiệp xấu. Như vậy thì khổ nhọc tâm trí cũng chỉ là uổng phí, chẳng được ích lợi gì.

Như thế nào là chân thật khác với giả dối?

Xưa có một nhóm các nho sinh đến tham vấn hòa thượng Trung Phong, thưa hỏi rằng: "Nhà Phật đưa ra thuyết nhân quả báo ứng như bóng theo hình, nhưng nay thấy người kia làm việc thiện mà con cháu họ không được hưng thịnh, lại thấy người nọ làm việc ác mà con cháu họ sung túc thịnh vượng. Như vậy, thuyết của nhà Phật thật chẳng lấy gì để làm bằng cứ cả."

Hòa thượng Trung Phong đáp: "Khi cảm xúc trần tục chưa dứt sạch thì con mắt chân chánh chưa thể khai mở. Đối với việc thiện mà xem là ác, đối với việc ác lại xem là thiện, những việc như thế rất thường gặp. Sao các ông không tự trách chỗ thấy biết điên đảo sai lầm của mình mà ngược lại oán trách sự báo ứng của đạo trời cho là sai lệch?"

Chuyển họa thành phúc

Các nho sinh liền hỏi: "Thiện và ác [là hai điều trái ngược nhau], sao có thể nhận biết điên đảo như thầy nói?"

Hòa thượng liền bảo họ mỗi người hãy đưa ra sự mô tả để phân biệt thiện ác.

Một người nói: "Mắng nhiếc, nhục mạ người khác là ác; cung kính, lễ phép với người khác là thiện." Hòa thượng Trung Phong nói: "Chưa hẳn đã là như vậy."

Một người khác nói: "Tham muốn tiền của, làm bậy để lấy của người khác là ác; ngay thẳng thanh bạch không lừa gạt lấy của người khác là thiện." Hòa thượng Trung Phong lại nói: "Chưa hẳn đã là như vậy."

Mỗi người trong nhóm nho sinh đều nói ra cách hiểu của mình, hòa thượng Trung Phong đều bảo là chưa đúng. Cuối cùng, cả nhóm cùng thưa thỉnh ngài nói ra lý lẽ đúng thật.

Hòa thượng bảo họ: "Việc làm mang lại lợi ích cho người khác, đó gọi là thiện; việc làm chỉ mưu lợi ích riêng cho bản thân mình, đó gọi là ác. Nếu có thể mang lại lợi ích cho người, thì việc mắng nhiếc, nhục mạ người cũng đều là thiện. Nếu chỉ vì lợi ích riêng tư cho bản thân mình thì việc cung kính, lễ phép với người khác cũng đều là ác.

"Vì thế, người làm việc thiện lấy sự lợi ích cho người khác làm việc chung, thì việc chung ấy là chân thật; xem lợi ích của bản thân mình là việc riêng tư, việc [mưu lợi] riêng tư ấy ắt là giả dối.

"Làm việc thiện xuất phát từ tâm chân thành là chân thật, không xuất phát từ bản tâm, chỉ bắt chước làm theo là giả dối.

"Làm việc thiện mà hoàn toàn không vướng chấp vào hình tướng là chân thật, vướng mắc nơi hình tướng phân biệt là giả dối.[1]

"Đối với hết thảy những việc tương tự khác, các ông đều nên [dựa theo các nguyên

---

[1] Nguyên bản dùng "vô vi nhi vi" (無為而為) và "hữu vi nhi vi" (有為而為) để phân biệt. Đây là tư tưởng đã được giảng rõ trong kinh Kim Cang, được mô tả như là "trụ tướng" và "bất trụ tướng". Làm thiện theo cách "vô vi" thì không phân biệt có mình và người khác, do đó không có sự mong cầu báo đáp, nên tâm thiện ấy là chân thật. Làm thiện theo cách "hữu vi" thì có sự so đo tính toán, ắt phải có sự mong cầu báo đáp, thậm chí còn mong được báo đáp sao cho xứng đáng, nên tâm thiện ấy là giả dối.

tắc nêu trên mà] tự mình khảo xét [phân biệt giữa thiện hay ác, chân thật hay giả dối]."

Như thế nào là ngay thẳng khác với tà vạy?

Người đời nay thấy những kẻ thật thà dễ sai bảo thì xem đó là người hiền lành mà chọn dùng. Bậc thánh nhân [xưa kia] thà chọn dùng những người có chí khí hướng thiện hoặc có quyết tâm không làm việc ác.[1] Với những kẻ thật thà dễ sai bảo, tuy ở trong một thôn xóm thì có thể xem là tốt, nhưng đối với nền đạo đức chung thì đó là những kẻ gây tổn hại [vì chỉ biết thuận theo thế tục chứ không hề có ý chí hướng thiện].

---

[1] Nguyên tác dùng "cuồng quyến" (狂獧). Sách Mạnh tử, chương Tận tâm, phần Hạ, tiết thứ 37 chép rằng: "孟子曰：孔子不得中道而與之，必也狂獧乎！狂者進取；獧者有所不為也。" - Mạnh tử viết: "Khổng tử bất đắc trung đạo nhi dữ chi, tất dã cuồng quyến hồ! Cuồng giả tiến thủ, quyến giả hữu sở bất vi dã." (Mạnh tử nói: "Khổng tử không tìm được hạng người theo trung đạo để truyền dạy, ắt phải nhận lấy những kẻ cuồng quyến thôi. Cuồng là chỉ người có chí khí tiến lên, quyến là những kẻ quyết không làm điều trái đạo lý.") Như vậy, quan điểm của Viên Liễu Phàm có thể xuất phát từ đây, và thánh nhân mà ông dẫn ra đó hẳn là Khổng tử. Vì thế, chúng tôi chuyển dịch theo sự giảng giải của Mạnh tử.

Tích chứa điều lành

Cho nên, cách phân biệt thiện ác của người thế tục đem so với bậc thánh nhân rõ ràng có sự trái ngược nhau. Từ đó mà suy ra, hết thảy những sự chọn lựa yêu ghét, lấy bỏ của người đời cũng đều có sai lầm. Sự phân biệt những điều phước thiện hay tà ác, họa hại của quỷ thần cũng đều tương đồng với sự phân biệt những điều đúng đắn hay sai lầm của bậc thánh nhân, nhưng lại khác biệt với những sự phân biệt yêu ghét, lấy bỏ của người đời.

Vì thế, nếu muốn làm thiện tích đức, chắc chắn không thể tùy theo những điều tai nghe mắt thấy [của riêng mình], mà phải xuất phát từ cội nguồn sâu thẳm kín đáo trong tâm, âm thầm tu sửa gột rửa [dứt sạch mọi điều tà vạy]. Nếu chỉ còn duy nhất một tâm nguyện cứu người giúp đời, đó là [làm thiện một cách] ngay thẳng, chỉ cần khởi lên một mảy may tâm niệm dối người gạt đời, ắt đó là [làm thiện một cách] tà vạy; nếu chỉ duy nhất một tâm nguyện thương người yêu đời, đó là ngay thẳng, chỉ cần khởi lên một mảy may tâm niệm giận người hận đời, ắt đó là tà vạy; nếu chỉ duy nhất một tâm nguyện cung kính người khác, đó là ngay thẳng, chỉ cần khởi lên một mảy may tâm niệm bỡn cợt, ắt đó là tà vạy. Những [lý lẽ phân biệt như thế] đều nên phân tích khảo xét cho thật kỹ lưỡng.

Như thế nào là tích âm đức khác với tạo phước ở đời?

Những việc thiện mà người đời thấy biết được, đó là tạo phước ở đời. Những việc thiện mà người đời không hay biết, đó là tích âm đức. Tích âm đức thì được trời báo đáp, còn tạo phước ở đời thì được hưởng tiếng tốt. Tiếng tốt đó cũng là phước báo vậy. Nhưng danh tiếng vốn là chỗ đối kỵ với [lẽ tự nhiên của] tạo vật. Người nào được thọ hưởng danh tiếng tốt đẹp mà không thực xứng đáng thì đa phần đều phải chuốc lấy tai họa. Người nào không có lỗi lầm xấu ác gì mà phải oan ức nhận lấy tiếng xấu thì con cháu lại thường được nhanh chóng phát đạt. Sự khác biệt giữa tích âm đức với tạo phước ở đời thật hết sức tinh tế, nhỏ nhặt khó thấy.

Như thế nào là đúng đắn khác với sai lầm?

Nước Lỗ [vào thời Xuân Thu] có luật định rằng, người nước Lỗ khi bỏ tiền ra để chuộc dân nước Lỗ [bị bắt làm nô lệ] từ các nước chư hầu khác về[1] đều có thể đến quan phủ [địa phương] nhận lại số tiền đó. Tử Cống chuộc người về nhưng không chịu nhận lại tiền.

Khổng tử biết chuyện liền chê trách, nói: "Trò Tứ[2] làm sai rồi. Bậc thánh nhân làm việc gì đều [nhắm đến việc] sửa đổi phong tục tập quán [cho tốt hơn], để dẫn dắt dạy dỗ người đời những điều có thể làm được, chứ không chỉ riêng tự thân mình làm. Nay ở nước Lỗ rất ít người giàu có, đa số là dân nghèo, nếu [chuộc người về rồi] nhận lại tiền mà xem là không liêm khiết thì làm sao tiếp tục chuộc [người khác] nữa? Từ nay về sau [e rằng sẽ] không còn ai chuộc dân Lỗ [bị bắt làm] nô lệ ở các nước khác về nữa rồi!"

Lại khi Tử Lộ cứu sống một người suýt chết đuối, người ấy mang một con trâu đến tạ

---

[1] Trong thời Xuân Thu, khi các nước chư hầu đánh nhau, người dân có thể bị quân nước khác bắt về làm nô lệ phục dịch, nhưng cho phép chuộc về bằng tiền. Quy định của nước Lỗ nhằm khuyến khích người dân nước Lỗ mang tiền đi chuộc nô lệ người nước Lỗ ở các nước khác về.

[2] Tử Cống tên là Tứ. Vì là quan hệ thầy trò nên Khổng tử gọi Tử Cống bằng tên thật.

ơn, Tử Lộ nhận lấy. Khổng tử biết chuyện vui mừng nói: "Từ nay nước Lỗ ắt sẽ có nhiều kẻ [dám liều mình] cứu người chết đuối."

Nếu theo cách nhìn của người thế tục thì Tử Cống [chuộc người mà] không nhận lại tiền là tốt, còn Tử Lộ [cứu người mà] nhận trâu là xấu. [Thế nhưng] Khổng tử lại khen Tử Lộ mà chê Tử Cống, cho nên biết rằng việc làm thiện không xét theo sự việc đang xảy ra, mà phải xét [đến những ảnh hưởng] lan rộng ngấm ngầm [theo sau sự việc ấy]; không xét theo hiện tại nhất thời, mà phải xét về [tác động] lâu dài; không xét riêng một người, mà phải xét [đến ảnh hưởng đối với] nhiều người.

Nếu việc đang làm tuy là việc thiện, nhưng ảnh hưởng lan rộng có hại cho người khác, thì việc ấy tuy có vẻ như thiện nhưng kỳ thật lại là sai lầm. Nếu việc đang làm tuy là bất thiện, nhưng ảnh hưởng lan rộng có thể cứu giúp người khác, thì việc ấy tuy có vẻ như bất thiện nhưng kỳ thật lại là đúng đắn. Ở đây chỉ lấy riêng một ý tiêu biểu là [thiện và bất thiện] mà luận giải, còn những ý nghĩa khác như [việc làm] hợp đạo nghĩa lại giống như phi nghĩa, [việc làm] đúng lễ giáo lại giống như trái lễ, [việc làm] giữ đúng chữ tín lại giống như bất tín, [việc làm] từ ái lại giống như không có lòng từ... hết thảy đều nên phân biệt chọn lựa cho rõ ràng.

Như thế nào là lệch lạc khác với chính đáng?

Tể tướng Lã Văn Ý[1] khi mới từ quan về quê, dân chúng khắp nơi trong nước đều hết lòng kính ngưỡng, xem như núi Thái Sơn, như sao Bắc Đẩu. Có một người cùng làng uống rượu say mắng chửi ông, ông không giận, nói với người hầu rằng: "Người ấy say rồi, đừng so đo với hắn." Rồi đóng cửa lại không quan tâm đến. Qua năm sau, người ấy phạm tội tử hình bị giam vào ngục, Lã Văn Ý biết chuyện lấy làm hối hận, nói: "Phải chi hồi đó ta có chút lưu tâm việc sai trái của hắn, bắt giao cho quan phủ trị tội, ắt là hắn phải chịu sự trừng phạt nhỏ mà có thể ngăn ngừa được tội ác lớn. Ta khi ấy chỉ muốn giữ lòng nhân hậu, không ngờ lại nuôi dưỡng cái ác của kẻ ấy cho

---

[1] Lã Văn Ý (1418-1462), tự Phùng Nguyên, hiệu Giới Am, người Tú Thủy, đỗ tiến sĩ vào niên hiệu Chính Thống thứ 7 (1442) triều Minh, sau khi mất được vua ban tên thụy là Văn Ý.

đến nỗi thành ra sự việc như hôm nay." Đó là có lòng lành nhưng lại thành ra làm việc xấu.

Lại có trường hợp khởi tâm xấu ác nhưng lại làm được việc tốt lành. Như có nhà kia hết sức giàu có, gặp năm mất mùa đói kém, có đám dân cùng khốn cướp lúa thóc nơi chợ búa ngay giữa ban ngày, báo lên quan huyện nhưng quan huyện không giải quyết. Những người kia thấy vậy lại càng phóng túng hơn, cuối cùng [nhà giàu ấy] liền tự ý bắt giam [những kẻ cướp], nhờ vậy dân chúng mới được yên ổn. Nếu không làm thế ắt cả vùng đều loạn cả.

Cho nên, làm việc thiện là chính đáng, làm việc xấu ác là lệch lạc, điều ấy thì ai cũng biết. Nhưng khởi tâm thiện mà làm thành việc xấu ác, ấy là trong chỗ chính đáng mà thành lệch lạc; khởi tâm ác mà làm thành việc thiện, ấy là trong chỗ lệch lạc mà thành chính đáng. Những điều như thế không thể không suy xét rõ.

Như thế nào là một phần khác với trọn vẹn?

Kinh Dịch nói: *"Điều thiện không tích chứa thì không đủ tạo thành danh thơm tiếng tốt; điều xấu ác không tích chứa thì không đủ gây thành họa diệt thân.*" Kinh Thư nói: "*Tội ác của nhà Thương như tiền xâu thành chuỗi, [không phải chỉ trong một lúc mà thành].*"[1] Cũng như việc tích chứa đồ vật vào vật chứa, nếu siêng năng tích chứa ắt có ngày sẽ đầy đủ, trọn vẹn; nếu biếng trễ không tích chứa ắt chỉ được một phần, không thể chứa đầy trọn vẹn. Đó là một cách giải thích [về sự khác biệt giữa một phần hay trọn vẹn].

Lại nữa, ngày xưa có một cô gái đến chùa, muốn cúng dường nhưng không có nhiều tiền, chỉ còn vỏn vẹn 2 đồng xu, liền mang ra cúng hết cho chùa. Vị tăng trụ trì thấy vậy đích thân làm lễ sám hối cho cô. [Nhờ công đức ấy, không lâu sau] cô được tuyển vào cung vua, thọ hưởng giàu sang phú quý. Cô lại viếng chùa, mang theo một ngàn lượng

---

[1] Nguyên bản Hán văn là: "商罪貫盈." (Thương tội quán doanh.) Câu này trích từ kinh Thư, thiên Thái Thệ, phần thượng, viết đủ là: "商罪貫盈，天命誅之." (Thương tội quán doanh, thiên mệnh tru chi. – Tội ác của nhà Thương [được tích chứa] như tiền xâu thành chuỗi, nên mệnh trời bắt phải diệt vong.) Câu trích ở đây có ý nói tội ác không tức thời hình thành, mà là sự tích chứa dần dần, trải qua lâu ngày, cũng như người ta xâu tiền thành chuỗi, phải qua nhiều ngày dành dụm mới đủ số thành một xâu.

bạc đến cúng dường. Vị tăng trụ trì chỉ sai đồ chúng làm lễ hồi hướng rồi thôi. Cô ấy liền hỏi: "Ngày trước con cúng dường chỉ có 2 đồng xu, thầy đích thân làm lễ sám hối cho con. Nay con cúng dường đến cả ngàn lượng bạc mà thầy không tự thân làm lễ hồi hướng là vì sao?"

Thầy trụ trì đáp: "Số tiền trước đây tuy ít nhưng tâm cúng dường hết sức chân thành, nếu lão tăng này không đích thân làm lễ sám hối thì không xứng với công đức ấy. Nay số tiền cúng dường tuy nhiều, nhưng tâm cúng dường không được chí thiết như trước, có người thay ta làm lễ sám cũng đã đủ rồi."

Như thế, cúng dường một ngàn lượng bạc [nhưng thiếu tâm thành thì] vẫn chỉ là việc thiện một phần, mà cúng dường chỉ 2 đồng xu [với tâm chí thành] được xem là trọn vẹn.

[Lại xét chuyện] Chung Ly truyền pháp luyện đan cho Lã Tổ,[1] có thể biến sắt thành vàng. Lã Tổ hỏi: "Cuối cùng rồi vàng có trở lại thành sắt không?" Chung Ly đáp: "Sau 500

---

[1] Chung Ly tức Chung Ly Quyền, Lã Tổ tức Lã Động Tân. Đây là 2 vị trong Bát tiên theo truyền thuyết của Trung Hoa.

năm sẽ trở lại thành sắt." Lã Tổ nói: "Như vậy ắt sẽ làm hại người 500 năm sau, tôi không muốn làm như vậy đâu." Chung Ly nói: "Người tu tiên nhất thiết phải tích chứa đủ 3.000 công hạnh. Nhưng chỉ một lời này của ông đã trọn đủ 3.000 công hạnh rồi." Đây cũng là một cách giải thích khác.

Lại như người mang tài vật ra cứu giúp người khác, bên trong không thấy có bản thân mình là người cứu giúp, bên ngoài không thấy có người được cứu giúp, khoảng giữa không thấy có tài vật được mang ra cứu giúp, đó gọi là [thấu suốt] bản thể của *người thí*, *vật thí* và *kẻ nhận thí* đều không thật, cũng gọi là tâm thanh tịnh chuyên nhất. Được như vậy thì một đấu thóc cũng có thể gieo trồng công đức không bờ bến, một đồng xu cũng có thể làm tiêu trừ tội lỗi trong ngàn kiếp. Nhưng nếu như tâm này chưa được rỗng rang thanh tịnh thì dẫu đến vạn dật[1] vàng ròng [mang làm việc thiện], phước đức vẫn không đầy đủ, trọn vẹn. Đây cũng là một cách giải thích khác.

---

[1] Dật: đơn vị đo lường cổ, mỗi dật bằng 20 lượng.

Như thế nào là lớn lao khác với nhỏ nhặt?

Thuở xưa, Vệ Trọng Đạt là một quan chức [Hàn Lâm viện], [tự thấy mình] bị bắt đưa đến âm ty, Diêm chúa sai thư lại trình lên những ghi chép thiện ác [của Trọng Đạt đã làm ở dương gian]. Khi so sánh thì thấy những ghi chép xấu ác [quá nhiều, bày ra] choáng đầy cả sân, còn việc thiện [thì quá ít], chỉ [được ghi trên một mảnh lụa cuộn tròn lại] nhỏ như chiếc đũa. Diêm chúa sai đặt tất cả lên hai bên đòn cân để so sánh nặng nhẹ, hóa ra hết thảy những ghi chép xấu ác bày ra đầy sân kia lại nhẹ hơn cuộn giấy lụa ghi việc thiện cuộn lại chỉ nhỏ như chiếc đũa.

Trọng Đạt thưa hỏi: "Tôi năm nay chưa đến 40 tuổi, sao có thể nhiều việc xấu ác đến như thế?"

Diêm chúa đáp: "Một niệm tà vạy khởi lên đã là xấu ác, không đợi đến lúc ông thực sự làm."

Nhân đó, Trọng Đạt lại hỏi xem trong cuộn giấy lụa kia ghi chép những gì. Diêm chúa đáp: "Triều đình trước đây huy động rất nhiều dân công tu sửa cầu đá ở Tam Sơn, ông có dâng sớ can ngăn việc ấy. Trong đó ghi lại bản sớ của ông."

Trọng Đạt thắc mắc: "Tuy tôi có can ngăn thật, nhưng triều đình không nghe theo thì việc ấy nào có ích lợi gì, làm sao lại có tác dụng mạnh mẽ [hơn tất cả những điều xấu ác] như vậy?"

Diêm chúa đáp: "Triều đình tuy không nghe theo việc ấy, nhưng một ý niệm của ông khởi lên vốn đã là vì [lo lắng cho] tất cả muôn dân [nên được như vậy]. Ví như triều đình chịu nghe theo ông thì tác dụng của việc thiện ấy lại càng mạnh mẽ hơn thế nữa."

Cho nên, nếu tâm niệm hướng về khắp cả muôn người thì dù việc thiện nhỏ cũng thành lớn lao; nếu chỉ riêng lo cho bản thân mình, tuy có làm nhiều việc thiện cũng chỉ xem là nhỏ nhặt.

Như thế nào là khó khăn khác với dễ dàng?

Các vị Nho gia ngày trước dạy rằng: "Muốn tự chế phục bản thân thì phải khởi đầu từ chỗ khó chế phục nhất." Khổng tử bàn về việc tu sửa đức nhân cũng nói: "Phải khởi sự trước nhất từ chỗ khó."

Chuyển họa thành phúc

[Muốn khởi đầu từ chỗ khó] ắt phải [học theo] như ông họ Thư ở Giang Tây, bỏ ra cả 2 năm lương bổng ít oi của mình để thay người khác nộp tiền phạt lên quan phủ, giúp cho vợ chồng người ấy được khỏi cảnh chia lìa. Lại như ông họ Trương ở Hàm Đan, đem hết số tiền dành dụm khó nhọc trong 10 năm để thay người khác nộp tiền chuộc thân,[1] cứu sống được vợ con người ấy. Những người như thế đều có thể buông bỏ được điều rất khó buông bỏ [là quyền lợi của bản thân].

Lại như ông già họ Cận ở Trấn Giang, tuy tuổi già vẫn chưa có con, nhưng không chấp nhận lấy một cô gái nhỏ tuổi làm thiếp mà trả lại cho gia đình người hàng xóm.

Đó là [những trường hợp] nhẫn chịu được điều khó nhẫn chịu, nên cũng được trời ban phước sâu dày.

Thông thường, những người giàu có, quyền thế thì việc tạo công đức thật dễ dàng. Nhưng

---

[1] Trung Hoa xưa tuy không thừa nhận có chế độ nô lệ nhưng vẫn phổ biến việc viết giấy bán thân, nộp tiền chuộc thân, thảy đều được quan phủ thừa nhận. Người bán thân rồi thì trở thành phụ thuộc hoàn toàn vào chủ mua, không khác gì nô lệ. Nếu muốn được tự do phải nộp đủ số tiền chuộc thân.

nếu dễ mà không chịu làm, đó là tự hủy hoại chính mình. Những người nghèo khổ muốn làm việc tạo phước đức đều rất khó khăn, nhưng khó khăn mà có thể làm được, ấy mới là điều rất đáng quý.

○

Việc tùy duyên cứu giúp người khác có muôn hình vạn trạng, nhưng lược nói theo những điểm đại cương thì có thể phân ra mười loại:

1. Cùng người khác làm việc thiện.
2. Giữ lòng yêu kính đối với người khác.
3. Giúp thành tựu những điều tốt đẹp của người khác.
4. Khuyên bảo người khác làm việc thiện.
5. Cứu người khi nguy cấp.
6. Khởi xướng, xây dựng những việc lợi ích lớn lao cho cộng đồng.
7. Bỏ tiền của làm việc tạo phước.
8. Ủng hộ và bảo vệ, giữ gìn Chánh pháp.
9. Kính trọng các bậc tôn túc, trưởng thượng.
10. Khuyên người khác phải biết tôn trọng sự sống, thương yêu quý tiếc mạng sống của muôn loài.

1. Thế nào là cùng người khác làm việc thiện?

Thuở xưa vua Thuấn ở chỗ bến sông, nhìn thấy những người đánh cá đều tranh nhau chỗ nước sâu nhiều cá, khiến cho những người già yếu [không đủ sức tranh giành] phải bắt cá ở những nơi nước cạn, dòng chảy xiết. Vua Thuấn động lòng thương xót, liền đến nơi ấy cùng mọi người đánh bắt cá. Khi thấy những người có ý tranh giành, ngài che giấu việc xấu ấy, chẳng nói gì đến. Khi thấy những người biết nhường nhịn người khác, ngài hết lời ngợi khen, tán dương, rồi cũng làm theo giống như người ấy. Vua Thuấn làm như vậy được một năm thì mọi người ở đó đều nhường nhịn cho nhau những chỗ nước sâu nhiều cá.

Thông minh sáng suốt như vua Thuấn, nào có khó gì việc nói ra một lời dạy dỗ những người kia [việc tốt nên làm]? Thế mà ngài không dùng lời dạy dỗ, lại dùng chính việc làm của tự thân để cảm hóa, thay đổi người khác, quả thật là một tấm lòng hiền lương thương người, chấp nhận khó nhọc.

Chúng ta sống vào đời suy mạt, đừng lấy

chỗ hay giỏi của mình mà lấn áp kẻ khác, đừng lấy chỗ tốt đẹp của mình mà so sánh với kẻ khác [để tự cho mình là hơn], đừng cậy chỗ nhiều tài năng của mình mà gây khó cho người khác. Nên tự kiểm soát, không phô bày chỗ tài trí của bản thân, chỉ xem đó như hư huyễn không thật. Thấy người khác có chỗ lỗi lầm khiếm khuyết, nên bao dung mà che giấu giúp họ, một mặt là tạo cơ hội cho họ có thể hối cải lỗi lầm, một mặt lại khiến họ có sự e dè kiêng sợ mà không dám buông thả phóng túng. Thấy người khác có chút ưu điểm nhỏ dùng được, hoặc việc thiện nhỏ có thể chọn lấy, thì lập tức từ bỏ [chỗ chưa tốt] của mình mà làm theo đó, lại nên hết lời ngợi khen xưng tán, truyền rộng sự tốt đẹp ấy đến với nhiều người khác.

Từ sáng đến tối, mỗi một lời nói, mỗi một việc làm đều không vì nghĩ đến bản thân, hết thảy đều chỉ vì muôn người mà xây dựng cho thành nề nếp tốt đẹp chung. Đó chính là chỗ độ lượng của bậc đại nhân, luôn vì lợi ích cho mọi người [mà không nghĩ riêng cho bản thân mình].

2. Thế nào là giữ lòng yêu kính người khác?

Bậc quân tử với kẻ tiểu nhân, nếu theo hình dáng bên ngoài mà xét thì rất dễ lẫn lộn, chẳng khác nhau mấy, nhưng chỉ duy nhất khi xét đến chỗ giữ lòng tu dưỡng thì thiện ác thật khác nhau, rõ ràng phân biệt như trắng với đen, không thể nhầm lẫn. Cho nên nói rằng: "Bậc quân tử sở dĩ khác biệt với người tầm thường chỉ là ở chỗ giữ lòng tu dưỡng."

Chỗ tu dưỡng của người quân tử chính là luôn giữ lòng thương yêu, kính trọng đối với người khác. Nói chung, trong muôn người ắt có kẻ thân thích, người sơ giao, kẻ quý hiển, người hèn kém, kẻ trí tuệ, người ngu si, kẻ hiền lương, người hư hỏng, phẩm chất cao thấp tốt xấu chẳng ai giống ai, nhưng tất cả đều là đồng loại với ta, cùng một bản thể như ta, sao có thể không thương yêu, kính trọng?

Biết giữ lòng yêu kính muôn người, đó chính là yêu kính thánh hiền. Có thể thấu hiểu được chí hướng của muôn người, đó chính là thấu hiểu được chí hướng của bậc thánh hiền. Vì sao vậy? Vì chí hướng của bậc thánh hiền là mong muốn cho nơi nơi, người người đều đạt được những điều họ mong muốn. Chúng ta thuận theo [chí hướng đó] mà thương yêu kính trọng, giúp cho muôn người đều được an ổn, đó chính là vì các bậc thánh hiền mà mang lại sự an ổn cho người đời.

3. Thế nào là giúp thành tựu điều tốt đẹp của người khác?

Khi ngọc còn trong quặng đá, mang vất bừa bãi ắt chẳng có giá trị gì hơn viên ngói hòn sỏi, nhưng nếu được mài giũa đúng cách, ắt trở thành ngọc khuê, ngọc chương[1] quý giá. Vì thế, khi thấy người khác làm được một việc thiện, hoặc gặp người có chí hướng tốt đẹp, hoặc tư chất có thể hướng thiện, đều nên hết lòng dẫn dắt chỉ bày, giúp cho người ấy thành tựu được những điều tốt đẹp. Hoặc vì người ấy mà ngợi khen, trợ lực, hoặc giúp sức duy trì [những điều tốt đẹp]. Nếu có ai vu khống người ấy, nên vì họ mà làm rõ, hoặc cùng chia sẻ nhận lấy những hủy báng, công kích; cần giúp sức cho đến khi người ấy được thành tựu vững vàng mới thôi.

---

[1] Khuê là một loại ngọc quý, được làm thành dạng phẳng. Dùng ngọc khuê xẻ đôi ra thành ngọc chương.

Người đời nói chung thường không ưa thích những ai khác biệt với mình. Người hiền lương trong thôn xóm thường rất ít, mà những kẻ xấu ác lại rất nhiều. Cho nên, người hiền lương ở đời thường rất khó tự mình đứng vững. Hơn nữa, những kẻ tài ba xuất chúng thường cương trực thẳng thắn, không quá chú trọng đến dáng vẻ bên ngoài, do đó thường dễ bị người đời chỉ trích. Vì thế, việc thiện ở đời thường dễ thất bại, mà người làm việc thiện lại thường bị người đời chê bai phỉ báng, chỉ những bậc nhân hậu hơn người mới ra sức giúp đỡ, trợ lực [cho người làm việc thiện], cho nên công đức ấy thật hết sức lớn lao.

4. Thế nào là khuyên bảo người khác làm việc thiện?

Đã sinh ra làm người, ai ai cũng sẵn có tâm hiền thiện. Nhưng đường đời bôn ba xuôi ngược nên rất dễ đắm chìm sa đọa [vào nẻo xấu ác]. Vì thế, khi giao tiếp ở đời, ta nên khéo léo vận dụng phương tiện để giúp người khác trừ bỏ những [nhận thức] sai lầm mê muội. Ví như vì kẻ đang say trong giấc mộng đêm dài mà giúp cho nhất thời tỉnh mộng, lại ví như vì kẻ bị vây hãm đã lâu trong khổ đau phiền não mà cứu thoát đưa đến nơi mát mẻ trong lành. Ân huệ đó thật lớn lao không gì bằng.

Hàn Dũ nói: *"Khuyên dạy người khác trong nhất thời thì dùng lời nói, khuyên dạy người đến trăm đời sau thì viết sách."* Nếu so với việc [tự thân mình] cùng người khác làm việc thiện [như đã nói trong phần 1 ở trên] thì [việc khuyên bảo người khác làm việc thiện] tuy là có hình thức biểu lộ, nhưng giống như tùy bệnh cho thuốc, cũng có lúc phát huy tác dụng, đạt được hiệu quả, nên không thể bỏ đi. Nếu có lúc dùng lời [khuyên bảo người khác] mà không hiệu quả, [ngược lại còn] đánh mất đi [quan hệ với] người khác, thì phải quay lại tự xét trí tuệ của mình [vì chưa đủ sự khéo léo].

5. Thế nào là cứu người khi nguy cấp?

Người đời ai cũng có những lúc nguy cấp hoạn nạn. Nếu gặp những trường hợp ấy, nên xem như hoạn nạn nguy cấp đang xảy ra cho chính bản thân mình, phải nhanh chóng cứu giúp giải nguy. Hoặc dùng lời nói giúp người sáng tỏ sự oan ức, hoặc tìm đủ mọi phương cách mà cứu giúp sự hoạn nạn nguy cấp của người.

Thôi tử nói: *"Ân huệ không phải quý ở sự nhiều ít, mà giúp người vào lúc nguy cấp mới là quan trọng."* Quả thật là lời nhân hậu biết bao!

6. Thế nào là khởi xướng, xây dựng những việc lợi ích lớn lao cho cộng đồng?

Ở phạm vi nhỏ thì như trong một xóm thôn, ở phạm vi lớn hơn thì như trong một quận huyện, nếu thấy bất kỳ việc gì có lợi ích chung thì rất nên khởi xướng, xây dựng. Đó là những việc như đào mương dẫn nước, đắp đê ngăn lũ, hoặc tu sửa đường sá, cầu cống để thuận tiện cho kẻ đi đường, hoặc cung cấp cơm ăn nước uống để cứu giúp người lúc đói khát... Đối với những việc ấy, nên tùy hoàn cảnh mà khuyên bảo, khuyến khích mọi người cùng nhau góp sức làm. [Khi đã làm thì] chẳng sợ kẻ khác hiềm nghi, chẳng nề hà gian khó.

7. Thế nào là bỏ tiền của làm việc tạo phước?

Sự tu tập theo đạo Phật có hàng vạn thiện hạnh, trong đó hạnh bố thí được xem là trước nhất.[1] Nói đến hạnh bố thí, chỉ cần một từ

---

[1] Trong sáu pháp ba-la-mật của hàng Bồ Tát thì Bố thí ba-la-mật cũng được đề cập trước tiên: Bố thí, Trì giới, Nhẫn nhục, Tinh tấn, Thiền định và Trí tuệ.

buông xả là trọn đủ. Bậc đạt đạo thì trong tâm buông xả sáu căn, bên ngoài buông xả sáu trần,[1] cho đến hết thảy những vật sở hữu của mình, không có gì là không buông xả. Người chưa đạt được đến mức ấy thì trước tiên phải buông xả tiền bạc, mang ra bố thí. Người đời nhờ có cơm ăn áo mặc mà duy trì mạng sống, nên xem tiền bạc là quan trọng nhất. Chúng ta từ nơi chỗ [quan trọng nhất] đó mà buông xả thì bên trong trừ được sự keo kiệt bủn xỉn của chính mình, bên ngoài cứu giúp được sự cần kíp của người khác.

Lúc mới bắt đầu [làm việc bố thí] thường phải có sự cố gắng, khiên cưỡng, nhưng [tập quen nhiều lần thì] cuối cùng sẽ trở nên phóng khoáng, tự nhiên. Bố thí là phương pháp hay nhất để dứt sạch lòng vị kỷ, trừ hết sự bám chấp tham tiếc.

8. Thế nào là ủng hộ và bảo vệ, giữ gìn Chánh pháp?

Chánh pháp là con mắt sáng giúp chúng sinh muôn đời có thể nhìn thấy [con đường

---

[1] Sáu căn, bao gồm: mắt, tai, mũi, lưỡi, thân và ý. Sáu trần là đối tượng của sáu căn, bao gồm: hình sắc, âm thanh, mùi hương, vị nếm, sự xúc chạm và các pháp.

thoát khổ]. Không có Chánh pháp, con người làm sao [có thể biết thuận theo] trời đất để góp phần vào cuộc sinh tồn? Làm sao có thể giáo hóa thành tựu cho muôn loài? Làm sao có thể thoát ly khỏi mọi sự mê hoặc, trói buộc trong đời sống thế tục? Làm sao có thể nhập thế tu sửa cải thiện cuộc đời, xuất thế vượt thoát luân hồi sinh tử?

Vì thế, mỗi khi gặp những nơi thờ kính các bậc hiền thánh, những kinh sách giáo pháp, chúng ta đều phải cung kính tôn trọng mà sửa sang, trang hoàng cho tốt đẹp. Đến như việc nêu cao và rộng truyền Chánh pháp, báo đáp ơn Phật thì lại càng phải hết lòng dốc sức.

9. Thế nào là kính trọng các bậc tôn túc, trưởng thượng?

Nói đến các bậc tôn túc, trưởng thượng thì trong phạm vi gia đình có cha mẹ, anh chị, trên phạm vi đất nước có các vị quan chức, nhà cầm quyền, cho đến trong phạm vi toàn xã hội thì hết thảy những người cao tuổi, người đức độ, người ở cương vị cấp trên hoặc người có sự hiểu biết cao rộng, chúng ta đều nên có sự lưu tâm tôn kính phụng sự.

Khi phụng sự cha mẹ ở nhà, phải hết sức giữ lòng yêu kính, dáng vẻ phải vui tươi, nói năng phải nhỏ nhẹ từ tốn. Tập quen như vậy sẽ trở thành tính cách hòa nhã tự nhiên, ấy là yếu tố căn bản có thể cảm động lòng trời.

Khi bước ra xã hội phụng sự đất nước, dù làm bất cứ việc gì cũng phải tự mình cẩn trọng, không vì cấp trên không biết mà tự ý buông thả làm bậy. Nếu ở cương vị xét xử người khác, không vì cấp trên không biết mà tự ý ra oai hà hiếp người khác. Người xưa có câu: "Phụng sự đất nước như thờ kính trời đất." Đó là những chỗ liên quan chặt chẽ đến âm đức [của con người]. Cứ thử xem qua gia tộc của những người giữ lòng trung hiếu, ắt thấy rõ không nhà nào là không có con cháu hưng thịnh, phát đạt lâu dài. Cho nên nhất thiết phải thận trọng đối với việc này.

10. Thế nào là biết tôn trọng sự sống, thương yêu quý tiếc mạng sống của muôn loài?

Con người nhờ có lòng trắc ẩn mới xứng đáng được gọi là người. Muốn có lòng nhân hậu, trước tiên phải có lòng trắc ẩn; muốn tích chứa phước đức, trước tiên phải tích chứa lòng trắc ẩn. Sách Chu lễ nói: *"Trong tháng mạnh xuân, tế lễ không được dùng những con vật giống cái."*[1] Mạnh tử nói: *"Người quân tử lánh xa chỗ bếp núc."*[2] Những điều như thế đều là để giữ gìn tấm lòng trắc ẩn, [biết thương tiếc sự sống của muôn loài]. Cho nên, người xưa có bốn loại thịt tránh không ăn. Đó là: (1) thịt con vật nghe tiếng kêu khi bị giết, (2) thịt con vật nhìn thấy khi bị giết, (3) thịt con vật do chính mình nuôi dưỡng, (4) thịt con vật người khác cố ý giết để đãi mình.

Người học đạo nếu chưa thể hoàn toàn dứt bỏ việc ăn thịt thì cũng nên khởi đầu từ việc tránh ăn những loại thịt như trên, dần dần tu tiến, tâm từ bi được nuôi dưỡng lớn mạnh hơn, khi ấy không những có thể giữ giới không giết hại, mà [còn có thể nhận thức sâu xa rằng] hết thảy các loài sâu bọ, côn trùng, động vật... đều có sự sống, cần phải tôn trọng. Những việc như luộc kén tằm kéo tơ, cày bừa ruộng đất làm chết côn trùng...

---

[1] Vì tháng mùa xuân các giống vật phần lớn đang mùa sinh sản, sợ rằng dùng những con vật giống cái để tế lễ sẽ giết chết cả cái thai trong bụng nó.
[2] Vì nhà bếp là nơi giết mổ loài vật nên tránh xa để không tận mắt nhìn thấy.

Tích chứa điều lành

đều là giết hại, mà cơm áo của chúng ta có được là từ những việc như thế, cho nên cũng chẳng khác nào giết hại loài khác để giành lấy sự sống cho chính mình. Hiểu được như thế thì mới thấy rằng sự hoang phí lương thực, vật dụng... cũng không khác gì tội giết hại. Cho đến những việc như lỡ tay làm chết, giẫm chân đoạt mạng [côn trùng], thật không thể biết được đã nhiều đến mức nào, nên phải hết sức đề phòng, hạn chế. Cổ thi có câu rằng:

Lưu hạt cơm thừa, thương chuột đói,
Giữ mạng thiêu thân, chẳng đốt đèn.[1]

Thật nhân từ biết bao!

o

Thiện hạnh có rất nhiều, không thể kể hết ra được, nhưng từ nơi mười điều vừa nói trên đây mà suy xét rộng ra, thì muôn ngàn công đức đều có thể đầy đủ cả.

---

[1] Hai câu thơ này của đại thi hào Tô Đông Pha, nguyên văn chữ Hán là: 愛鼠常留飯，憐蛾不點燈 - (Ái thử thường lưu phạn, lân nga bất điểm đăng.) Đại ý nói rằng, vì thương loài chuột bị đói nên khi ăn để lại ít cơm thừa rơi rớt mà không dọn sạch; vì không muốn loài thiêu thân phải chết vì lao vào ngọn lửa nên không đốt đèn.

Giữ đức khiêm hạ

Kinh Dịch nói: "Đạo của trời thường bớt những chỗ dư thừa mà bù đắp chỗ khuyết thiếu; đạo của đất thường làm thay đổi chỗ tràn đầy mà giữ nguyên chỗ khuyết thiếu; quỷ thần thường gây hại nơi sung mãn mà ban phúc nơi khiêm hạ; lòng người thường ghét kẻ cao ngạo mà yêu thích kẻ khiêm hạ."

[Trời đất, quỷ thần với con người đều chuộng đức khiêm hạ,] vì thế nên [trong kinh Dịch] chỉ riêng một quẻ Khiêm là cả 6 hào đều tốt lành.

Kinh Thư nói: "Sung mãn thường chuốc lấy tổn hại, khiêm hạ được nhận lãnh ích lợi."

Tôi đã nhiều lần cùng những người khác đi thi, mỗi khi gặp kẻ học trò nghèo sắp đỗ đạt đều thấy có dáng vẻ khiêm hạ lộ rõ ra bên ngoài.

Vào năm Tân Mùi,[1] trong số cử nhân về kinh đô dự thi thì nhóm đồng hương Gia

---

[1] Tức là năm 1571. Khoa thi này Viên Liễu Phàm không đỗ.

Giữ đức khiêm hạ

Thiện chúng tôi có 10 người. Đinh Kính Vũ là người nhỏ tuổi nhất, tính tình hết sức khiêm hạ. Tôi có nói với Phí Cẩm Pha: "Anh này năm nay ắt sẽ thi đỗ."

Họ Phí hỏi lại: "Làm sao biết được?"

Tôi đáp: "Chỉ người khiêm hạ mới được nhận lãnh phước báo. Anh xem trong số chúng ta có ai thật thà chất phác, nhường nhịn không tranh giành như Kính Vũ chăng? Có ai giữ lòng cung kính vâng chiều, hết lòng khiêm hạ như Kính Vũ chăng? Có ai bị người hà hiếp không cần đáp trả, bị người chê bai không cần biện giải như Kính Vũ chăng? Người được như thế ắt trời đất quỷ thần thường trợ giúp, sao có thể không vươn lên được?"

Đến khi yết bảng, quả nhiên Kính Vũ trúng tuyển.

Vào năm Đinh Sửu[1] tôi về kinh đô, cùng ngụ một chỗ với Phùng Khai Chi, nhận thấy ông này tính tình khiêm hạ, dung mạo nghiêm trang, phần lớn là do đã rèn luyện quen từ thuở nhỏ. Khi ấy có Lý Tế Nham là người bạn

---
[1] Tức là năm 1577.

tốt, tính tình thẳng thắn, thường nhiều lần công khai phê phán chỉ trích những điều sai lầm của Khai Chi, chỉ thấy anh ta bình tĩnh lắng nghe và nhận chịu, chưa từng có một lời phản đối. Khi ấy tôi có nói với Khai Chi rằng: "Phước báo đều có căn nguyên, tai họa cũng có nguồn gốc từ trước. Tâm mình thực sự khiêm hạ ắt trời sẽ giúp. Năm nay nhất định anh sẽ thi đỗ." Quả nhiên đúng như vậy.

Ông Triệu Dự Phong, tên Quang Viễn, là người huyện Quan thuộc tỉnh Sơn Đông, tuổi còn trẻ đã thi đỗ cử nhân ở kỳ thi Hương, nhưng rất lâu sau [thi Hội nhiều lần] chẳng đỗ. Cha ông được bổ làm quan Chủ Bạ[1] ở huyện Gia Thiện, ông theo cha đi nhậm chức. Vì ngưỡng mộ [văn tài] của Tiền Minh Ngô nên ông mang bài văn của mình đến cho họ Tiền xem. Tiền Minh Ngô xem qua rồi liền sổ toẹt hết cả bài. Triệu Dự Phong chẳng những không giận mà còn hết lòng khâm phục, nhanh chóng tự sửa đổi. Năm sau ông liền thi đỗ.

---

[1] Nguyên bản dùng Tam Doãn (三尹), là cách gọi trang trọng của chức quan Chủ Bạ, đứng đầu phụ trách công việc văn phòng.

Giữ đức khiêm hạ

Vào năm Nhâm Thìn,[1] ta đến kinh thành triều kiến, nhân lúc đó được gặp Hạ Kiến Sở. Ta thấy ông này thần khí khoan thư không tự mãn, tâm ý khiêm hạ, vẻ nhún nhường lộ rõ ai cũng thấy. Lúc về, ta có nói với bạn bè rằng: "Thông thường khi trời sắp giúp một người nào hưng khởi thì khi chưa ban phúc đã trước hết làm cho người ấy phát khởi trí tuệ. Một khi trí tuệ phát khởi thì người hư huyễn bỡn cợt sẽ trở nên chân thành tín thật, người phóng túng buông lung sẽ tự biết kiềm chế, thu liễm. Ông Kiến Sở hòa nhã hiền lành như thế, ấy là đã được trời khai mở [trí tuệ] rồi, [ắt nay mai sẽ được ban phúc]."

Đến khi yết bảng, Hạ Kiến Sở quả nhiên thi đỗ.

Trương Úy Nham người huyện Giang Âm, học nhiều biết rộng, có danh trong giới văn chương. Vào năm Giáp Ngọ,[2] ông về Nam Kinh thi Hương, ở trọ trong một ngôi chùa. Đến khi niêm yết kết quả thi không thấy tên mình trúng tuyển, ông hết lời chửi mắng quan chủ khảo, cho là có mắt không tròng. Bấy giờ có một đạo sĩ đứng gần đó bật cười.

---
[1] Tức là năm 1592.
[2] Tức là năm 1594.

Họ Trương lập tức quay sang nổi cơn thịnh nộ với đạo sĩ.

Đạo sĩ nói: "Văn của ông chắc chắn là không hay rồi."

Họ Trương càng sôi giận hơn, quát nạt: "Ông chưa từng đọc văn của tôi, sao biết là không hay?"

Đạo sĩ nói: "Tôi nghe rằng, người làm văn quý nhất ở chỗ tâm ý khí chất ôn hòa bình thản, nay nghe ông chửi mắng, [tâm ý khí chất] không có chút ôn hòa bình thản gì cả thì văn làm sao có thể hay?"

Họ Trương nghe như thế hốt nhiên khâm phục, liền thi lễ xin được chỉ dạy. Đạo sĩ nói: "Việc thi đỗ hay không đều do số mạng. Số mạng của mình không đáng đỗ đạt thì dù văn hay cũng chẳng ích gì. Nên tự thay đổi chính mình mới được."

Họ Trương hỏi: "Đã do số mạng định sẵn thì làm sao thay đổi?"

Đạo sĩ nói: "Tạo ra số mạng là trời, mà an lập số mạng là chính mình. Nỗ lực làm thiện, rộng tích âm đức thì có phước đức nào mà không cầu được?"

Họ Trương nói: "Tôi chỉ là anh học trò nghèo, làm sao làm [việc thiện]?"

Đạo sĩ nói: "Việc làm thiện, tích âm đức đều từ nơi tâm mình mà ra. Thường giữ tâm [hiền thiện] thì được vô lượng công đức. Chẳng hạn như việc giữ tâm khiêm tốn nhún nhường nào có tốn kém tiền bạc gì, sao ông không biết tự xem lại mình, còn chửi mắng quan chủ khảo?"

Trương Úy Nham từ đó theo lời dạy, cố tự sửa đổi, bỏ lòng kiêu mạn mà giữ đức khiêm hạ, tâm thiện ngày càng tăng trưởng, đức hạnh ngày một sâu dày. Năm Đinh Dậu,[1] ông nằm mơ thấy đi đến một căn phòng trên cao, nhìn thấy một quyển sổ ghi chép tên người thi đỗ, trong đó có nhiều hàng bỏ trống, liền hỏi một người đứng bên cạnh rằng: "Bản danh sách chép tên người thi đỗ khoa này, sao lại thiếu nhiều tên như vậy?" Người ấy đáp: "Việc chọn người đỗ đạt, ở cõi âm cứ 3 năm lại một lần khảo xét so sánh, những người thường tích âm đức, không phạm lỗi lầm mới có tên trong đó. Những dòng bị trống đó đa phần đều là những người vốn ngày trước đáng được đỗ đạt, nhưng vì gần đây đức hạnh kém cỏi

---

[1] Tức là năm 1597.

nên bị xóa đi." Sau đó, người ấy lại chỉ vào một dòng còn trống trong sổ và nói: "Trong ba năm qua ông luôn biết giữ mình thận trọng, có thể được ghi tên vào đây, mong ông biết tự lo cho mình."

Khoa thi năm ấy quả nhiên Trương Úy Nham thi đỗ, xếp hạng thứ 105.[1]

Do những điều như trên mà biết được rằng, trên đầu ba thước[2] nhất định có thần minh soi xét. Việc lành dữ, tốt xấu chắc chắn đều do chính mình, cần phải biết giữ lòng hiền thiện, kiểm soát mọi việc làm của mình, không một mảy may phạm vào những điều xấu ác, luôn khiêm hạ nhún nhường, khiến cho trời đất quỷ thần đều cảm động trợ giúp, như thế mới có được nền tảng để hưởng phước báu. Người nào tính khí cao ngạo tự mãn ắt phải là kẻ thiển cận, ví như có được hưng khởi phát triển cũng không thể thọ hưởng [lâu dài] được. Người có

---

[1] Như vậy ông này đỗ vào hàng Tam giáp, tức Đồng tiến sĩ xuất thân, vì vào triều Minh chỉ hàng Tam giáp mới lấy đến số 130 người.
[2] Nguyên văn dùng tam xích (三尺), tức 3 thước cổ, bằng khoảng 1 thước tây. Tuy nhiên, trong thành ngữ này thì đây chỉ là một con số tượng trưng thôi.

chút tri thức hiểu biết ắt không ai chịu rơi vào chỗ độ lượng hẹp hòi, tự đánh mất đi phước báu như thế. Huống chi sự khiêm tốn là mở ra cơ hội học hỏi từ người khác, lại có thể nhận lấy noi theo việc làm thiện của người, không có giới hạn.

Người cầu công danh sự nghiệp lại càng không thể thiếu sự khiêm hạ. Lời xưa có câu: "Có chí hướng công danh, ắt được công danh; chí hướng sang giàu, ắt được sang giàu." Người có chí hướng như cây có gốc rễ. Muốn lập chí công danh vững vàng phải luôn luôn giữ lòng khiêm hạ nhún nhường, vận dụng khéo léo vô số phương tiện [mà làm việc thiện], tự nhiên sẽ cảm động thấu cả đất trời. Cho nên, phước đức đều do chính mình tự tạo.

Người đời nay muốn cầu thi cử đỗ đạt nhưng khởi đầu thường không có chí hướng chân thật, bất quá chỉ là sự hứng khởi trong nhất thời mà thôi. Lúc có hứng khởi thì mong cầu, lúc không còn hứng khởi ắt cũng thôi không mong cầu nữa. Mạnh tử nói [với vua nước Tề]: "Nhà vua hết sức yêu thích âm

Chuyển họa thành phúc

nhạc, nước Tề sắp thịnh vượng rồi."[1] Ta đối với con đường công danh khoa bảng cũng giống như vậy.[2]

---

[1] Đoạn trích này lấy từ sách Mạnh tử, chương Lương Huệ Vương, phần Hạ. Đây là lời Mạnh tử nói với Tề Tuyên vương, nhân khi vị vua này cho biết mình rất yêu thích âm nhạc. Trong cuộc đối thoại này, Mạnh tử liên kết sự yêu thích âm nhạc của vua với việc cai trị đất nước và nêu ra nguyên tắc chính yếu là: Nếu vua vui thích với việc nghe âm nhạc mà có thể làm cho toàn dân cùng chung vui với mình thì đất nước sẽ được thịnh vượng.

[2] Ý của tiên sinh Viên Liễu Phàm ở đây là, khi mình cầu công danh sự nghiệp cũng phải biết hướng đến việc chung trong cộng đồng, nỗ lực làm thiện tích đức là làm lợi ích cho nhiều người. Làm được như thế thì bản thân mình đạt được mong muốn mà nhiều người khác cũng đều vui theo, cũng giống như theo lời Mạnh tử, nếu vua Tề vui với âm nhạc mà biết làm cho dân chúng nước Tề đều được vui theo thì đất nước nhất định sẽ thịnh vượng.

Sơ lược tiểu sử Viên Liễu Phàm

Viên Liễu Phàm sinh năm 1533, trước có tên là Viên Biểu, sau đổi thành Viên Hoàng, tự Khôn Nghi, cũng có tên tự là Khánh Viễn; trước lấy hiệu là Học Hải, sau đổi hiệu là Liễu Phàm.

Tổ tiên họ Viên vốn cư ngụ ở phủ Gia Hưng, tỉnh Chiết Giang, vào cuối đời Nguyên là một gia tộc hết sức giàu có. Sang đầu triều Minh, Yên Vương Chu Lệ cướp ngôi của cháu mình là Chu Doãn Văn, tự lên làm hoàng đế, xưng là Minh Thành Tổ. Khi ấy có một số người phản đối, bị Minh Thành Tổ truy bắt giết sạch. Tổ tiên họ Viên vì có giao du với những người chống đối nên cũng bị truy bắt, may mắn chạy thoát được nên phải lưu lạc khắp nơi, sau đến ngụ ở Nam Trực, thuộc huyện Ngô Giang, phủ Tô Châu, tỉnh Giang Tô.

Đến đời Viên Liễu Phàm cưới vợ người huyện Gia Thiện rồi đến ở rể, hóa ra lại quay về quê cũ của tổ tiên là phủ Gia Hưng, tỉnh Chiết Giang.

Tiên sinh Viên Liễu Phàm rất chú trọng phép tĩnh tọa dưỡng sinh. Ông có để lại 2 tác phẩm nổi tiếng về chủ đề này là Nhiếp sinh tam yếu và Tĩnh tọa yếu quyết. Sách Tĩnh tọa yếu quyết có 3 thiên: Dự hành, Tu chứng, và Điều tức. Thiên Dự hành giới thiệu những điều cần yếu của người luyện tĩnh tọa, trọng điểm là điều tâm, hệ duyên thu tâm, tá sự luyện tâm, tĩnh xứ dưỡng khí, náo xứ luyện thần. Thiên Tu chứng thảo luận sự tự thể nghiệm của việc tọa thiền. Thiên Điều tức giới thiệu 3 phương pháp điều tức của Phật giáo.

Tiên sinh viết sách *Liễu Phàm tứ huấn* vào khoảng năm 1601 (69 tuổi). Ban đầu, đây chỉ là những lời răn dạy được ông viết ra cho con trai là Viên Thiên Khải năm ấy vừa được 20 tuổi, nên được ông gọi là Giới tử văn (Bài văn răn dạy con). Về sau, sách được lưu hành hết sức rộng rãi khắp nơi, nên người đời sau đổi tên lại là Liễu Phàm tứ huấn (Bốn điều khuyên dạy của tiên sinh Liễu Phàm).

Cha ông mất sớm, mẹ ông khuyên theo học nghề thầy thuốc. Sau, ông gặp tiên sinh họ Khổng người Vân Nam truyền cho phép toán

Sơ lược tiểu sử viên liễu phàm

số Hoàng Cực của Thiệu Khang Tiết và đoán số mạng suốt đời cho ông. Ông nghe lời họ Khổng bỏ nghề thuốc, ra công học tập để cầu công danh sự nghiệp. Niên hiệu Long Khánh thứ ba (1569), ông gặp được Thiền sư Vân Cốc ở núi Thê Hà, Kim Lăng. Thiền sư dạy ông đạo lý làm thiện tích đức có thể chuyển đổi số mạng. Ông như người ngủ mê chợt tỉnh, từ đó liền đổi hiệu Học Hải thành Liễu Phàm để ghi nhớ cuộc gặp gỡ này và thuyết tự lập số mạng vừa học được. Ông tự nguyện từ đó về sau quyết không rơi vào cách nghĩ cách làm thông thường của người phàm tục.

Sang niên hiệu Long Khánh thứ tư (1570), ông thi đỗ cử nhân. Niên hiệu Vạn Lịch thứ 14 (1586) ông đỗ tiến sĩ, được bổ làm Huyện lệnh huyện Bảo Để, sau thăng làm Chủ sự ở Ty Chức Phương thuộc bộ Binh. Ông tham gia cuộc chiến tranh với quân Nhật tại Triều Tiên, từng chỉ huy đẩy lùi quân Nhật.

Niên hiệu Vạn Lịch thứ 21 (1593), vào ngày 27 tháng Giêng, cũng trong cuộc chiến tranh với quân Nhật xảy ra trên đất Triều Tiên, Lý Như Tùng cầm quân tại Bách Đề Quán bị thua to. Binh bộ Thượng thư lúc ấy là Thạch Tinh vốn chủ trương nghị hòa. Viên Liễu Phàm tán thành việc Thượng thư Thạch Tinh chỉ trích cách cầm quân của Lý Như Tùng. Do đó, Tùng để tâm oán hận.

Thời gian sau, Lý Như Tùng sàm tấu lên triều đình, gán cho Viên Liễu Phàm 10 điều tội danh. Liễu Phàm vì việc đó bị bãi chức về quê.

Ông mất ở quê nhà vào năm 1606. Đến niên hiệu Thiên Khải thứ ba (1623), vụ án oan của ông mới được làm sáng tỏ. Ông được quan Lại bộ Thượng thư là Triệu Nam Tinh truy tặng quân công và triều đình truy phong cho ông là Thượng Bảo Ty Thiếu Khanh.

CHUYỆN DU TỊNH Ý GẶP THẦN BẾP
[DU TỊNH Ý CÔNG NGỘ TÁO THẦN KÝ]

Làm lành gặp dữ?

Trong khoảng niên hiệu Gia Tĩnh triều Minh,[1] có người họ Du ở tỉnh Giang Tây, tên húy là Đô, tên tự là Lương Thần,[2] kiến thức uyên bác lại có nhiều tài năng. Từ năm 18 tuổi đã thi đỗ tú tài, mỗi lần vượt qua các kỳ thi đều có thứ hạng cao.

Thời tuổi trẻ, nhà nghèo nên Du Đô mở lớp nhận học trò, lại cùng các bạn đồng học khoảng hơn mười người thành lập nhóm Văn Xương Xã, [khuyến khích nhau] thực hành những việc như giữ gìn kính tiếc [giấy có] chữ viết, phóng sinh cứu vật, răn ngừa những sự

---

[1] Niên hiệu Gia Tĩnh (嘉靖) là thời gian trị vì của Minh Thế Tông, kéo dài 45 năm, từ năm 1522 đến năm 1566.

[2] Theo những chi tiết được kể trong phần sau thì ông sinh vào năm 1525, mất vào năm 1612. Ông tự cho mình tài cao học rộng, chắc chắn sau này sẽ là bậc rường cột của triều đình nên lấy hiệu là Lương Thần.

tham dâm, giết hại, nói dối...[1] Thực hành như vậy được nhiều năm. Trước sau ông đã tham dự đến 7 khoa thi Hương nhưng đều không đỗ [lên cử nhân].

Ông Du Đô sinh được 5 đứa con trai thì có đến 4 đứa bị bệnh chết sớm. Còn lại đứa thứ ba rất thông minh tuấn tú, dưới lòng bàn chân trái có 2 nốt ruồi, vợ chồng ông hết sức yêu quý. Đến năm lên 8 tuổi, đứa con trai ấy đi chơi trong làng bỗng lạc mất không về, chẳng biết đi đâu. Ông sinh được 4 đứa con gái cũng chỉ còn lại một. Vợ ông thương khóc con đến nỗi mù cả hai mắt.

Ông Du Đô vất vả quanh năm nhưng ngày càng nghèo túng hơn. Ông thường tự xét mình không phạm tội lỗi gì lớn, chẳng biết vì sao bị trời trừng phạt nặng nề bi thảm đến như vậy.

Từ năm ông Du Đô được hơn 40 tuổi, mỗi năm đến cuối tháng chạp đều tự tay viết một tờ sớ trên giấy vàng [kể lể than vãn về gia cảnh của mình], cầu khẩn với thần Bếp xin chuyển đạt lên [Ngọc đế]. Đã nhiều năm như vậy nhưng chẳng thấy kết quả gì.

---

[1] Nhóm người tham gia Văn Xương Xã lấy việc thực hành lời dạy của Văn Xương Đế quân trong bài Âm chất văn làm mục đích, vì thế lấy tên là Văn Xương Xã.

Thần Bếp giáo huấn

Cho đến năm 47 tuổi, vào đêm giao thừa cuối năm, ông Du Đô đang ngồi trong nhà với đứa con gái và người vợ mù, [cảnh nhà túng quẫn nên] cả nhà đều buồn bã, thê lương tĩnh lặng, không khí ngập tràn đau thương chua xót. Bỗng nghe có tiếng gõ cửa, ông liền cầm đuốc đi ra xem, nhìn thấy một người mặc y phục màu đen, đầu đội khăn vuông kiểu đạo sĩ, râu tóc xem chừng đã vào khoảng năm, sáu mươi tuổi. Người ấy chắp tay vái chào rất lịch sự rồi [đi theo vào nhà] ngồi xuống, tự giới thiệu mình là người họ Trương, từ xa đến đây, nghe biết nhà ông có chuyện buồn khổ nên đặc biệt tìm đến an ủi.

Ông Du Đô thấy người khách có vẻ lạ thường nên thi lễ hết sức cung kính. Nhân khi trò chuyện, liền kể với ông khách họ Trương việc mình suốt đời đọc sách thánh hiền, làm thiện tích đức, nhưng đến nay đường công danh chẳng được như ý, vợ con không trọn vẹn, cơm ăn áo mặc còn chưa đủ, lại đã nhiều lần viết sớ nhờ thần Bếp trình lên [Ngọc đế] nhưng không thấy kết quả gì.

Ông khách họ Trương nói: "Chuyện nhà ông tôi đã sớm biết từ lâu rồi. Tâm ý xấu ác của ông thật quá nặng nề. Ông vốn chỉ biết chạy theo hư danh. Sớ ông viết trình lên chứa đầy những lời oán hận, xem thường Thượng đế, tôi chỉ e là sự trừng phạt còn chưa dừng lại ở mức như hiện nay đâu."

Ông Du Đô hết sức kinh hãi, thưa rằng: "Tôi nghe nói trong chốn u minh, dù một điều thiện nhỏ cũng được ghi chép đủ. Tôi phát nguyện làm việc thiện, kính cẩn giữ mình theo khuôn phép [do Văn Xương Xã đề ra] đã lâu, lẽ nào tất cả những việc ấy đều là chuộng hư danh thôi sao?"

Ông khách họ Trương nói: "Được, vậy hãy thử lấy một điều trong những khuôn phép [do Văn Xương Xã của ông đề ra] mà xét, là việc giữ gìn kính tiếc [giấy có] chữ viết. Nhóm nho sinh các ông cùng với những kẻ mà các ông giao thiệp, hầu hết đều dùng giấy từ sách cũ để phết dán cửa sổ, bao gói đồ vật, thậm chí còn dùng để lau chùi bụi bặm trên bàn ghế, nhưng miệng thì luôn nói chớ làm dơ bẩn giấy, chỉ nên đốt hết đi. Ông ngày nào cũng nhìn thấy những việc như vậy nhưng chẳng có một lời can ngăn răn nhắc, chỉ thỉnh thoảng gặp vài mảnh giấy giữa đường thì nhặt về đốt đi, như vậy phỏng có ích gì chăng?

"Lại nữa, trong nhóm Văn Xương Xã của ông, mỗi tháng đều làm việc phóng sinh, ông cũng chỉ qua loa làm theo, dựa vào người khác mà nên việc. Ví như những người khác không khởi làm thì ông cũng mê muội không làm, kỳ thật trong lòng ông chẳng có mảy may tâm niệm từ bi. Hơn nữa, trong nhà ông các loại tôm cua cũng thường bị đưa vào bếp nấu nướng, lẽ nào chúng lại không phải sinh mạng đó sao?

"Mỗi khi có sai trái trong lời nói, ông lại dùng đến biện tài khéo léo lanh lợi, khiến cho người nghe phải điên đảo tưởng xấu là tốt [mà thán phục ông]. Khi ông mở miệng buông lời, trong lòng vẫn tự biết đang làm tổn thương đức tốt, chỉ vì quen thói cũ nên trong lúc cùng bạn bè tụ tập chuyện phiếm cứ theo đà chê bai, giễu cợt [người khác], không thể dừng lại được. Miệng lưỡi như thế của ông khiến quỷ thần phải nổi giận; việc xấu ác ở cõi âm đã ghi lại thật nhiều chẳng biết đến bao nhiêu mà kể. Vậy mà ông còn tự nhận mình là người đức hạnh sâu dày, lại cho rằng mình chẳng dối lừa khinh dể ai sao? Lại cho rằng như vậy chẳng phải là khinh dể trời cao đó sao?

"Còn về chuyện tà dâm, tuy không xảy ra hành vi thực sự, nhưng ông thấy gái đẹp thì chăm chăm nhìn kỹ, tâm ý lăng xăng không còn tự chủ, chỉ là không gặp dịp thích hợp để hành sự đó thôi. Ông hãy tự xét lại mình trong những lúc ấy, liệu có được như Lỗ Nam Tử[1] chăng? Vậy mà dám nói là *"suốt đời không vướng chuyện tà dâm háo sắc, có thể đối mặt với trời đất quỷ thần"* [như Lỗ Nam tử xưa kia], quả là lời dối trá.

"Đó là những khuôn phép do chính ông tự nguyện làm theo, [được ghi thành quy củ điều luật của Văn Xương Xã] mà còn như vậy, huống chi là những việc khác?

"Ông liên tục nhiều năm đốt sớ trình lên Thượng đế, kể lể sự tình. Thượng đế lệnh cho sứ giả Nhật Du xem xét kỹ những việc thiện

---

[1] Lỗ Nam tử: nhân vật được nhắc đến trong sách Khổng tử gia ngữ, là một người nước Lỗ, được khen ngợi là "suốt đời không vướng chuyện tà dâm háo sắc, có thể đối mặt cùng trời đất quỷ thần".

ác của ông làm, trải qua nhiều năm không thấy việc thiện nào có thể ghi nhận, chỉ thấy những khi ông ở một mình nơi khuất tất vắng vẻ thì toàn là những tâm niệm tham lam, dâm dật, ganh ghét, hẹp hòi nóng nảy, tự mãn khinh người, nhớ việc đã qua, mong việc sắp đến, báo thù rửa hận... chen nhau khởi lên trong lòng, [nhiều đến mức] không thể ghi chép hết. Những sự xấu ác đủ loại khởi lên từ tâm ý như thế đã tích tụ gắn kết kiên cố từ lâu, thần minh ghi chép đã nhiều, trời giáng hình phạt ngày càng nặng, ông dù muốn tránh né tai họa còn không được thì dựa vào đâu mà cầu hưởng phước lành?"

Ông Du Đô [nghe qua như vậy] hết sức kinh hoàng, sợ hãi khôn xiết, quỳ sụp xuống đất, khóc lóc thưa rằng: "Ngài đã rõ biết hết những sự việc trong cõi u minh, nhất định là có quan hệ với tôn thần, cầu xin ngài ra tay cứu độ."

Người khách họ Trương liền nói: "Ông là người đọc sách, hiểu rõ lễ nghĩa, lại cũng biết hâm mộ điều lành, lấy đó làm vui, nhưng đang khi nghe [người khác nói] một lời thiện lại không thể khích lệ, thấy [người khác làm] một việc thiện lại không thể cổ vũ, chỉ toàn [phạm vào những điều] lỗi lầm, hư rỗng, [hết thảy đều do] cội gốc lòng tin chưa tự sâu vững, tâm tính lại từ lâu đã quen như vậy nên không hề tự xem xét lại, vì thế mà suốt cả đời khi nói một lời lành, làm một việc thiện, [chẳng qua] đều chỉ là phô trương hư huyễn, chưa từng có lời nào, việc nào là chân thật cả. Hơn nữa, tâm niệm xấu ác lại chất chứa tràn ngập trong lòng, tiếp nối nhau không ngừng sinh khởi, như vậy mà mong muốn được trời cho phước báo tốt lành thì có khác nào mảnh đất gieo trồng đầy những gai góc, lại mê muội mong thu hoạch được lúa tốt, chẳng phải sai lầm lắm sao?

"Ông từ nay về sau, mỗi khi có những vọng tưởng tạp niệm như tham lam, dâm dục, giả dối... thì phải đem hết quyết tâm mạnh mẽ mà dứt trừ tất cả, thanh lọc [tâm ý sao cho luôn] trong sạch an tịnh, mỗi mỗi tâm niệm đều chỉ toàn là hiền thiện. Khi gặp một việc thiện, nếu thấy sức mình có thể làm được thì phải mang hết sức ra mà làm ngay, trong lòng không mong báo đáp, không cầu danh tiếng, bất kể đó là [việc thiện] lớn hay nhỏ, khó khăn hay dễ dàng, đều đem tâm chân thành ham thích nhẫn nại mà làm; nếu thấy sức mình không thể làm nổi thì cũng phải hết lòng lưu tâm ân cần khẩn khoản, khiến cho tâm lành ấy được nuôi dưỡng trọn vẹn.

"Điều cốt yếu thứ nhất là phải có tâm nhẫn nại, kham chịu, thứ hai là phải có tâm kiên trì không thối chuyển, nhất thiết không được biếng lười, nhất thiết phải chân thành không tự lừa dối. Cứ như vậy mà thực hành lâu ngày tự nhiên sẽ có những hiệu quả ứng nghiệm kỳ diệu khôn lường.

"Ta thấy gia đình ông thờ kính ta từ lâu hết sức chân thành nên mới đặc biệt đến đây có mấy lời, xem như báo đáp. Ông phải nhanh chóng làm ngay không nên chậm trễ, may ra mới có thể chuyển đổi được ý trời."

Vị khách họ Trương nói xong thì đi thẳng vào trong nhà. Du công lập tức đứng dậy đi theo, vừa đến chỗ bàn thờ thần Bếp thì hốt nhiên không còn thấy đâu nữa, mới biết người mình vừa gặp chính là ngài,[1] liền cung kính đốt hương lạy tạ.

---

[1] Nguyên văn dùng Tư mệnh chi thần (司命之神), là một danh xưng khác của thần Bếp (Táo quân), gọi đầy đủ là Đông Trù Tư Mệnh Cửu Linh Nguyên Vương Định Phước Thần Quân.

Đổi tên Tịnh Ý, chuyển ý thanh tịnh

Hôm sau đó là ngày tết Nguyên đán, ông Du Đô thiết lễ kính lạy trời đất, thề nguyện sửa đổi tất cả những lỗi lầm trước đây, thực hành mọi việc thiện, tự đổi hiệu mình là Tịnh Ý Đạo nhân, thể hiện ý nguyện muốn dứt trừ hết mọi sự sai trái xằng bậy, làm thanh tịnh tâm ý.

Ngày đầu tiên bắt đầu làm thiện, những ý niệm hỗn tạp đua nhau sinh khởi, nếu không sinh tâm ngờ vực ắt cũng rơi vào lười nhác uể oải. Trải qua mấy ngày như thế rồi lại thấy mình rơi vào chìm nổi mê muội như trước. Trong nhà có thờ tôn tượng Bồ Tát Quán Thế Âm, Du Tịnh Ý liền đối trước tượng Bồ Tát lễ lạy cầu sám hối, khấu đầu đến nỗi chảy cả máu trán, cung kính phát lời đại nguyện rằng: *"Con nguyện giữ cho tâm ý chỉ còn thuần nhất niệm lành, tinh tấn nỗ lực làm thiện, nếu có mảy may buông lung thối chí, thề sẽ vĩnh viễn chịu đọa vào địa ngục."*

Mỗi ngày, vào lúc sáng sớm ông đều kiên trì xưng niệm danh hiệu Bồ Tát Quán Thế Âm Đại từ Đại bi để cầu sự gia trì cho mình [trong việc làm thiện]. Sau đó thì mỗi một lời nói, mỗi một việc làm, mỗi một ý nghĩ trong suốt ngày ấy đều tưởng như có quỷ thần đang ở bên cạnh xem xét, tuyệt nhiên không dám dối trá lừa lọc, buông thả phóng túng.

Hết thảy những việc gì có thể cứu giúp người khác, có thể làm lợi lạc cho người, cho đời, bất kể đó là sự việc lớn hay nhỏ, bất kể bản thân mình đang lúc bận rộn hay nhàn rỗi, bất kể là người khác có biết đến hay không, cũng không ngần ngại suy lường sức lực tự thân làm nổi hay không nổi, Du Tịnh Ý đều hoan hỷ cố hết sức làm, cho đến khi thành tựu mới thôi.

Ông lại tùy nhân duyên phương tiện mà rộng làm những việc tích lũy âm đức, hơn nữa còn nỗ lực khuyên người giữ theo luân thường đạo lý, siêng năng đọc sách học hỏi, giữ lòng khiêm hạ, nhẫn nhục hòa kính, lại thường dùng những lẽ nhân quả báo ứng giảng rộng với mọi người. Ông nỗ lực chuyên cần làm thiện suốt ngày như vậy nhưng vẫn không tự cho là đủ.

Vào mỗi ngày cuối tháng, ông Du Tịnh Ý lại đem hết thảy những lời nói, việc làm trong suốt tháng đó viết thành một lá sớ đốt trước bàn thờ thần Bếp để kính cáo.

Ông thực hành như vậy cho đến khi đã thuần thục thì [đạt đến mức] thân vừa động ắt có muôn điều thiện tùy theo, tâm vừa tĩnh ắt không còn một mảy may tạp niệm nào sinh khởi.

Chuyển họa thành phúc

Qua ba năm như thế, ông vừa được 50 tuổi, vào niên hiệu Vạn Lịch thứ hai, triều đình mở kỳ thi Hội năm Giáp Tuất (1574). Quan Thủ phụ[1] là Trương Giang Lăng,[2] sau khi kết thúc kỳ thi liền dò hỏi những người đồng hương để tìm người làm

---

[1] Là quan chức cao nhất, đứng đầu triều đình thời nhà Minh, tương đương chức vụ Tể tướng. Quan Thủ phụ là người thay vua xử lý việc triều chính, điều hành mọi hành động của triều đình.

[2] Trương Giang Lăng (張江陵): tên thật là Trương Cư Chính (張居正), tên tự là Thúc Đại (叔大), hiệu Thái Nhạc (太岳). Vì ông là người Giang Lăng nên người thời bấy giờ vẫn thường gọi ông là Trương Giang Lăng. Ông sinh năm 1525, mất năm 1582, giữ chức Thủ phụ trong 10 năm, từ 1572 đến 1582.

thầy dạy cho con. Có người tiến cử Du Tịnh Ý, quan Thủ phụ liền cho người mời ông đến kinh đô làm thầy dạy cho con mình.

Khi nghe Du Tịnh Ý kể về những việc mình đã làm, quan Thủ phụ hết sức kính trọng đức độ và phẩm hạnh của ông, liền dựa theo quy định để giúp ông được vào học trường Quốc học.[1]

Vào niên hiệu Vạn Lịch thứ tư, tức là năm Bính Tý (1576), ông dự kỳ thi Hương tại kinh đô, trúng tuyển cử nhân, sang năm sau lại đỗ tiếp tiến sĩ.

Ngày nọ, ông đến ra mắt quan Nội giám[2] họ Dương, ông này gọi năm đứa con nuôi ra chào. Những người con trai này được họ Dương nhận từ khắp nơi về nuôi, xem như con mình và lấy đó làm niềm vui trong tuổi già. Du Tịnh Ý chợt nhìn thấy trong số đó

---

[1] Trường Quốc học ngày xưa là một kiểu trường Đại học, đào tạo nhân tài, nhưng chỉ ưu tiên dành riêng cho con em trong hoàng tộc và các quan chức triều đình. Vì thế, việc ông Du Tịnh Ý được vào học trường này là một đặc ân.
[2] Nội giám: tên gọi khác chỉ các quan thái giám, phục vụ trong nội cung.

có một đứa chừng 16 tuổi, dung mạo dường như quen thuộc lắm, liền hỏi quê quán. Đứa trẻ đáp: "Con người tỉnh Giang Tây,[1] thuở nhỏ đi chơi lên nhầm thuyền buôn gạo [nên không về nhà được], còn tên họ thời ấy với tên làng xóm thì chỉ còn nhớ mường tượng mà thôi."

Du Tịnh Ý nghe như vậy hết sức ngờ vực, liền bảo nó cởi giày ra để xem lòng bàn chân trái, quả nhiên có 2 nốt ruồi rất rõ. Ông mừng quá hét lớn: "Ôi! Con tôi đây rồi."

Quan Nội giám họ Dương cũng hết sức kinh ngạc, lập tức cho đứa trẻ ấy theo Du Tịnh Ý về chỗ ngụ. Ông hối hả báo tin vui cho vợ. Vợ ông mừng quá, ôm con khóc lớn đến nỗi máu từ trong mắt tuôn ra ràn rụa. Đứa con cũng khóc, rồi nâng niu khuôn mặt mẹ mà thè lưỡi liếm máu mắt cho mẹ. Không ngờ lúc ấy bỗng nhiên hai mắt bà sáng lại, nhìn thấy rõ ràng. Du Tịnh Ý mừng thương lẫn lộn, không còn muốn làm quan nữa, liền từ biệt Trương Giang Lăng trở về quê nhà.

Quan Thủ phụ Trương Giang Lăng quý

---

[1] Nguyên bản chép Giang Hữu (江右), là cách gọi khác của Giang Tây.

trọng nghĩa khí của Du Tịnh Ý, gửi biếu nhiều quà tặng và một số tiền lớn, tiễn ông về quê.

Về quê nhà, ông càng nỗ lực làm việc thiện nhiều hơn nữa. Con trai ông sau đó lập gia đình, sinh được 7 người con, tất cả đều học hành đỗ đạt thành danh.

Du Tịnh Ý ghi chép lại sự việc mình gặp thần Bếp cũng như quá trình sám hối sửa lỗi, dùng để răn dạy, giáo dục con cháu về sau.

Ông sống an ổn khỏe mạnh đến tuổi già, thọ 88 tuổi. Người đời ai cũng cho rằng đó là do ông chân thành làm nhiều việc thiện, chuyển đổi được sự báo ứng trở thành tốt đẹp.

Kẻ hậu học sống cùng làng với ông Du Tịnh Ý là La Trinh kính ghi lại câu chuyện này.

Lời bạt

Hai nhân vật, hai cuộc đời được trình bày trong sách này có khá nhiều điểm chung. Mặc dù họ xuất thân khác nhau, đến với đạo Phật cũng qua những nhân duyên khác nhau, nhưng cả hai đều có đủ quyết tâm thực hiện đúng theo lời Phật dạy nên cuối cùng đều đã đạt được một cuộc sống an vui hạnh phúc ngay trong hiện tại.

Suy ngẫm về cuộc đời của hai nhân vật này, chắc chắn chúng ta có thể rút ra được nhiều bài học cho chính bản thân mình. Mặt khác, khi so sánh cuộc đời của hai người, chúng ta sẽ thấy được nhiều điều thú vị, bởi trong khi những điểm tương đồng giữa họ có thể giúp nhấn mạnh hơn tính đúng thật của luật nhân quả, thì những điểm khác biệt lại có thể bổ sung cho nhau để giúp người đọc có được những hình ảnh minh họa thật khái quát và rõ nét hơn cho những bài học luân lý đạo đức được rút ra từ câu chuyện.

Có lẽ sự bổ sung cho nhau cũng là nguyên nhân chính để những người khắc bản in

Lời bạt

"Liễu Phàm tứ huấn" trước đây đã chọn đính kèm bản văn *"Du Tịnh Ý công ngộ Táo thần ký"* vào phần sau, và Đại sư Ấn Quang cũng tán thành giữ nguyên cấu trúc này khi khắc in thành phần phụ đính của sách An Sĩ toàn thư. Thử so sánh một số điểm tương đồng và khác biệt giữa cuộc đời của hai nhân vật đặc biệt này, chúng ta sẽ có thể cảm nhận một cách sâu xa hơn hàm ý của người xưa.

Viên Hoàng xuất thân từ một gia đình danh gia vọng tộc. Mặc dù tổ tiên ông đã phải bỏ xứ trốn đi vì sự truy bức của quan quân do có giao du với người chống đối hành vi soán ngôi của Yên Vương (Minh Thành Tổ),[1] nhưng khi lập nghiệp ở nơi khác, họ vẫn phần nào giữ được địa vị trong xã hội, và đến đời Viên Hoàng (1533 - 1606) thì vẫn chưa đến nỗi hoàn toàn suy kiệt. Chúng ta có thể nhận

---

[1] Trong tiểu sử của Viên Liễu Phàm không thấy nói rõ, nhưng rất có thể người chống đối này chính là Phương Hiếu Nho (1357 - 1402), người đã quyết liệt chống đối việc soán ngôi của Yên vương đến nỗi trở thành người duy nhất trong lịch sử bị tru di 10 họ. Ngoài 9 họ theo quy định thông thường thì toàn bộ những người có quan hệ giao du với ông và các học trò, thậm chí là những người hàng xóm đều bị giết sạch, xem như họ thứ mười.

ra điều này qua cuộc sống khá an ổn của Viên Liễu Phàm kéo dài đến hơn 20 năm khi ông chưa đỗ đạt.

Ngược lại, Du Đô là một hàn sĩ xuất thân quá ư nghèo khổ, ngay sau khi đỗ tú tài từ năm 18 tuổi đã phải đối mặt với gánh nặng cơm áo cho gia đình, đã phải mở trường dạy học với mục đích đơn giản nhất là nuôi sống gia đình nhưng gần như vẫn không đạt được. Vì thế, cuộc sống bi đát của gia đình ông được mô tả khá rõ nét qua hình ảnh của một đêm giao thừa khi Tết sắp đến mà *"cả nhà đều buồn bã, thê lương tĩnh lặng, không khí ngập tràn đau thương chua xót"*. Hơn thế nữa, hàng loạt tai họa liên tục giáng xuống gia đình ông trước đó đã khiến cho vợ ông sau chín lần sinh nở mà chỉ còn nuôi sống được hai người con, và rồi đứa con trai cũng thất lạc từ năm 8 tuổi, chỉ còn lại duy nhất một người con gái.

Du Đô sinh năm 1525, còn Viên Hoàng sinh năm 1533, hai người chênh nhau chỉ 8 năm tuổi nên có thể xem như người đồng thời, có cùng bối cảnh xã hội. Đây cũng là một yếu tố khiến cho sự so sánh cuộc đời họ càng thêm thú vị.

Lời bạt

Viên Hoàng lấy hiệu là Học Hải, có lẽ muốn hàm ý là người học rộng, còn Du Đô lấy hiệu là Lương Thần, nói rõ ý hướng muốn thành một trụ cột của đất nước, vì tự cho mình là người tài năng, nhiều tri thức. Cả hai người đều là những kẻ tài năng nhưng có giai đoạn đầu đời không thành đạt. Tuy vậy, trong khi Học Hải chấp nhận an phận với những tiên đoán của Khổng tiên sinh về một hậu vận không tốt đẹp, thì Lương Thần lại luôn buồn phiền, đau khổ với thực trạng nghèo khó và chịu lắm tai ương, vì cho rằng mình hoàn toàn không đáng phải chịu như vậy.

Và rồi cả hai người đều thay đổi hoàn toàn cuộc sống của mình sau một lần gặp gỡ tình cờ. Viên Học Hải được gặp Thiền sư Vân Cốc, một nhân vật có thật trong lịch sử, trong khi Du Lương Thần lại gặp gỡ một nhân vật đầy kỳ bí mà ông tin chắc là thần Bếp, một vị thần trong tín ngưỡng dân gian, được gia đình ông thờ phụng.

Điểm giống nhau giữa hai trường hợp này là Thiền sư Vân Cốc cũng như thần Bếp đều là những vị cứu tinh làm thay đổi hoàn toàn cuộc đời hai người. Các vị đã chỉ ra những suy nghĩ sai lầm từ trước đó và vạch rõ cho họ một con đường để thay đổi cuộc đời. Sai lầm của Viên Học Hải là chỉ biết an phận, chấp nhận số mạng như một sự an bày và không hề nỗ lực vươn lên. Trong khi đó, sai lầm của Du Lương Thần lại là sự mơ hồ giữa thiện và ác, không hề nhận biết được rằng những tâm niệm xấu ác giấu kín trong lòng mình chính là nguyên nhân của khổ đau. Viên Học Hải nhận biết sai lầm nhưng hoàn toàn thụ động, không hề có ý hối cải thay đổi, còn Du Lương Thần thì không tự nhận biết sai lầm nên đem lòng oán hận trời đất, cho rằng việc nhân quả báo ứng không hề đúng thật.

Sau khi được Thiền sư Vân Cốc chỉ dạy, Viên Học Hải đổi tên thành Viên Liễu Phàm, với ý nguyện dứt bỏ hoàn toàn khuynh hướng thụ động "quen theo nếp cũ" của những kẻ phàm tục tầm thường và tự mình nỗ lực tích cực vươn lên, sửa đổi lỗi lầm để thành người hoàn thiện. Du Lương Thần thì sau khi được nghe thần Bếp chỉ ra những tâm niệm xấu ác giấu kín trong lòng mình đã đổi tên thành Du Tịnh Ý, với tâm nguyện tự thanh lọc tâm ý, dứt bỏ hết những ý niệm xấu ác đó để tâm được thanh tịnh, và dựa trên tâm thanh tịnh đó để tránh ác làm thiện. Cả hai người đều

Lời bạt

thể hiện quyết tâm hối cải, tự sửa đổi bằng việc đổi tên hiệu.

Trong quá trình tu sửa, Viên Liễu Phàm đã nghe theo chỉ dạy của Thiền sư Vân Cốc, áp dụng việc trì tụng thần chú Chuẩn Đề để giúp an tịnh tâm ý, hỗ trợ cho việc tránh ác làm thiện. Du Tịnh Ý thì tự mình nhận ra sự khó khăn trong việc tự lực chuyển đổi tâm ý, nên đã đặt niềm tin hoàn toàn vào việc lễ bái tôn tượng Bồ Tát Quán Thế Âm và trì niệm danh hiệu ngài 100 lần vào lúc sáng sớm để cầu được sự gia trì, và nhờ đó ông luôn bắt đầu một ngày mới với tâm an tịnh. Bằng cách này, ông đã có thể duy trì được quyết tâm tránh ác làm thiện trong suốt ngày hôm đó.

Để củng cố tâm hành thiện, Viên Liễu Phàm đã áp dụng phương thức "công quá cách" của những người đi trước, nghĩa là ghi chép lại tất cả những điều tốt hoặc xấu của bản thân nhằm có thể tự theo dõi, nhận biết. Du Tịnh Ý cũng thực hiện tương tự, nhưng do ảnh hưởng niềm tin với thần Bếp, ông đã làm điều này bằng cách viết ra mọi việc thiện ác trong một lá sớ vào mỗi ngày cuối tháng và đốt trước bàn thờ thần Bếp để kính cáo. Việc tự mình ghi chép lại những điều thiện ác có công năng giúp họ thường xuyên tự xem xét lại những việc làm đã qua của mình, nhờ đó luôn sống trong sự tỉnh giác hướng thiện. Vì thế, cả hai phương pháp này đều đã chứng tỏ được sự hiệu nghiệm, đều giúp cho hai người có thể duy trì tâm hướng thiện và tu sửa ngày càng tốt hơn.

Điểm chung của cả hai người là họ đều tin vào sự hiện hữu của thần linh, một niềm tin thuộc tín ngưỡng dân gian chứ không thuộc về Phật giáo. Đức Phật dạy nhân quả như một quy luật tự vận hành theo nguyên lý "nhân nào quả ấy", phủ nhận hoàn toàn mọi sự ban thưởng hay trừng phạt của bất kỳ thế lực siêu nhiên nào. Điều đáng chú ý ở đây là, sự khác biệt này không hề tạo thành mâu thuẫn trong niềm tin của đại đa số những người bình dân, bởi họ tin rằng cho dù luật nhân quả tự nó vận hành hay do Thượng đế điều hành thông qua các thần linh thì kết quả vẫn là như nhau, vẫn dựa trên những tiêu chí thiện ác của những hành vi mà con người đã tạo tác.

Tính thích nghi hay phương tiện thiện xảo của đạo Phật chính là ở điểm này. Thay

Lời bạt

vì cứng nhắc theo những lời Phật dạy trong Kinh điển, các bậc thầy tổ khi truyền giảng giáo lý đạo Phật đã luôn biết tùy thuận theo những niềm tin sẵn có của quần chúng bình dân. Thay vì tạo ra mâu thuẫn bằng cách vạch rõ những khác biệt và phản bác niềm tin - có thể gọi là mê tín - vào Thượng đế, thần linh, các ngài đã khéo léo dẫn dắt để chính Thượng đế hay các vị thần linh sẵn có trong lòng người dân lại trở thành những vị hộ pháp, rộng truyền lẽ nhân quả. Chính những lời giáo huấn của thần Bếp đối với Du Tịnh Ý là một ví dụ hết sức điển hình. Vì thế, sự thờ kính của Du Tịnh Ý đối với thần Bếp đã không còn là một niềm tin mù quáng nữa, mà nó trở thành một sức mạnh hỗ trợ vô cùng hiệu quả trong việc giúp ông tránh ác làm thiện. Vì tự thân ông không đủ sức *"một đao dứt sạch"* mọi vọng niệm tà ác, nên ông đã nhờ đến niềm tin vào thần linh. Với ý tưởng kiêng sợ vì lúc nào cũng có *"thần minh chứng giám"*, nên ông luôn có thể giữ mình trong trạng thái tỉnh giác, không để cho những tâm niệm xấu ác, tà vạy khởi lên và khống chế mình.

Chúng ta cũng thấy được điều tương tự trong *Liễu Phàm tứ huấn*, khi Viên Liễu Phàm mỗi đêm đều thắp hương kính cáo với Thượng đế về những việc đã làm trong ngày.

Và kết quả tu thân mà cả hai người đạt được đã chứng tỏ rằng phương tiện thích nghi của giáo lý đạo Phật là hiệu quả. Điều tất nhiên là một khi đã tiến sâu vào đạo Phật, với trí tuệ sáng suốt hơn thì chắc chắn đến một lúc nào đó tự họ sẽ nhận biết rõ ràng về luật nhân quả đúng như lời Phật dạy mà không còn cần thiết phải dựa vào niềm tin đối với Thượng đế hay thần linh nữa.

Chúng ta có thể tin chắc rằng chính từ quan điểm *"phương tiện thiện xảo"* này mà Đại sư Ấn Quang đã tán thành cũng như đích thân cổ súy cho việc lưu hành các bản văn khuyến thiện này. Cho dù chúng có pha tạp đôi phần tín ngưỡng dân gian không thực sự chân chính, nhưng với sức phương tiện dẫn dắt của Chánh pháp, các bản văn này đã mang lại lợi lạc cho rất nhiều người, nhất là đối với đại đa số quần chúng bình dân mà hầu hết đều không có nhiều tri thức.

Cho đến nay, giá trị khuyến thiện của những bản văn này có thể nói là vẫn không

Lời bạt

thay đổi. Những tâm niệm xấu ác tà vạy nằm giấu kín trong lòng mỗi người vẫn luôn tồn tại, và muốn chiến thắng được chúng để tu sửa tự thân bao giờ cũng là việc hết sức khó khăn. Vì vậy, những chia sẻ của người xưa qua tập sách này chắc chắn vẫn là bài học quý báu cho tất cả chúng ta trên con đường nỗ lực hướng thiện.

Hơn thế nữa, những khó khăn mà chúng ta phải đối mặt ngày nay trên con đường tu sửa tự thân dường như cũng không khác biệt mấy với người xưa. Tiên sinh Viên Liễu Phàm đã mô tả điều đó như là sự *"quen theo nếp cũ"*:

"... Người đời không ít kẻ thông minh tài trí, nhưng sở dĩ không vun bồi phước đức cho sâu dày, không phát triển nghiệp lành cho rộng khắp, ấy chỉ vì một lẽ là quen theo nếp cũ, do dự rụt rè, không đủ quyết tâm... ... nên cứ thế mà mê đắm trôi qua hết một đời."

Và thần Bếp khi giáo huấn Du Đô cũng có đoạn nói:

"... Khi ông mở miệng buông lời, trong lòng vẫn tự biết đang làm tổn thương đức tốt, chỉ vì quen thói cũ... ... không thể dừng lại được."

"Quen theo nếp cũ" hay *"quen thói cũ"* đều là căn bệnh chung của hầu hết mọi người. Đạo Phật gọi những *"nếp cũ"* này là tập khí và dạy rằng phải nỗ lực dứt trừ thì mới có thể đạt được thành tựu trên con đường tu tập. Chúng ta có thể hình dung một cách đơn giản về sự vận hành của tập khí như một chiếc xe đã được khởi động nhưng rồi lại hoàn toàn bị mất khả năng điều khiển. Vì thế, hướng đi của chiếc xe chính là hướng đi trước đây, và nó cứ thế mà lăn bánh, không thể thay đổi. Đó là quán tính của một vật thể chuyển động tự do. Khi không nhận thêm bất kỳ một tác động chuyển hướng nào, nó sẽ tiếp tục di chuyển theo hướng đã có.

Điều này có nghĩa là, nếu chúng ta đã quen nói dối, có tập khí nói dối, thì việc tiếp tục nói dối sẽ là một điều hoàn toàn tự nhiên, không cần đến bất kỳ một sự nỗ lực, cố gắng nào. Và cũng tương tự như thế với những thói quen xấu khác như tham lam, trộm cắp, tà dâm, uống rượu, ganh ghét, sân hận... Cho nên, việc tu sửa tự thân luôn đòi hỏi nhiều nỗ lực khó khăn, trong khi sự buông thả phóng túng *"theo nếp cũ"* lại nhấn chìm ta vào con

Lời bạt

đường xấu ác mà không cần phải có sự cố công gắng sức.

Chính vì thế, Khổng tử từng nói: *"Thắng được người khác là có trí, thắng được chính mình mới là người mạnh mẽ."* (Thắng nhân giả trí, tự thắng giả cường.) Và trong kinh Pháp cú, đức Phật dạy:

"Dù tại bãi chiến trường,
Thắng ngàn ngàn quân địch,
Tự thắng mình tốt hơn,
Thật chiến thắng tối thượng."

Kinh Pháp cú, kệ số 103

HT. Thích Minh Châu
dịch từ bản Pali

Tự thắng mình cũng chính là điều kiện tiên quyết để tự lập số mạng, để chuyển họa thành phúc. Vì thế, có thể nói rằng việc tự thắng mình là mục tiêu chung của tất cả những ai muốn hoàn thiện bản thân, muốn thay đổi cuộc đời mình theo hướng tốt hơn. Và điểm khởi đầu cho cuộc chiến đấu vượt qua chính mình như thế đòi hỏi mỗi chúng ta phải tự nhận biết được một cách khách quan và chính xác về tự thân mình.

Chuyển họa thành phúc

Tiên sinh Viên Liễu Phàm trong cuộc đối thoại với Thiền sư Vân Cốc đã cho thấy ông nhận biết khá rõ về những nhược điểm của bản thân, những điều mà ông cho là nguyên nhân đã khiến ông có một số mạng không tốt đẹp. Thiền sư Vân Cốc đã tán thành những nhận xét về tự thân của ông và hướng dẫn phương thức để "cách mạng bản thân" như sau:

"... Nay ông đã biết rõ những điều sai trái của mình... ... vậy ông phải hết lòng hối cải, tự thay đổi... Hết thảy những việc từng làm trước đây, xem như đã chết từ hôm qua. Hết thảy những việc từ nay về sau, xem như mới được sinh ra từ hôm nay."

Lời khuyên này cũng có thể áp dụng cho tất cả những ai trong chúng ta đã có may mắn nhận biết được sự sai trái của bản thân mình. Đó chính là quyết tâm *"xóa đi làm lại"* cuộc đời, đoạn tuyệt hoàn toàn với những sai lầm của quá khứ và nỗ lực không ngừng nghỉ trong việc xây dựng tương lai tươi đẹp hoàn toàn mới.

Nhưng trường hợp của Du Tịnh Ý thì dường như không được may mắn như thế. Ông chịu đựng nhiều khổ đau nhưng không thấy được

Lời bạt

nguyên nhân gây khổ đau, và vì thế không thể hài lòng với những gì xảy đến cho mình. Ông oán trời trách đất chính là vì không tự biết được sai lầm của chính mình. Vì sao như vậy? Bởi những tâm niệm xấu ác của ông hầu hết đều được giấu kín trong lòng, chưa bộc lộ ra ngoài. Vì thế, người đời có thể vẫn kính trọng ông, xem ông như một bậc chính nhân quân tử, đạo cao đức trọng... Và từ thái độ kính trọng của người khác dành cho mình, ông đã quay lại tự lừa dối bản thân khi tin rằng mình *"không làm điều gì sai trái cả"*.

Trường hợp của Du Tịnh Ý dường như cũng là trường hợp chung của rất nhiều người trong chúng ta. Thật không dễ để tự mình nhận biết những ý niệm sai lầm khi chúng vẫn còn được che giấu kín trong lòng, chưa có gì biểu lộ ra bên ngoài. Một người có thể chưa phạm vào bất kỳ điều gì để người khác có thể xem anh ta là kẻ tham lam, ích kỷ, dâm tà, hung bạo... nhưng điều đó hoàn toàn không đảm bảo anh ta thực sự là người đạo đức hoàn thiện. Một cái nhìn kèm theo sự ưa thích khi bắt gặp một người con gái đẹp, và tiếp đó là một tâm niệm ham muốn chiếm hữu, có thể không gây ra bất kỳ sự chú ý hoặc phê phán nào từ những người chung quanh, nhưng thực sự đã gieo mầm xấu ác. Nếu có những ngoại duyên thích hợp, sẽ không ai dám chắc rằng hạt nhân khởi điểm đó lại không tiếp tục phát triển thành một lời tán tỉnh, trêu ghẹo, cho đến lún sâu hơn nữa thành một hành vi tội lỗi... Đối với những tâm niệm tham lam, sân hận, ganh ghét, đố kỵ, cay độc, hiểm ác... cũng đều như vậy. Chúng như những con rắn độc ngủ yên và có vẻ như vô hại trong tâm thức, nhưng luôn chờ dịp để vùng dậy và giết chết mọi điều lành.

Điều đáng sợ nhất là chúng ta không tự thấy được mối nguy hiểm tiềm tàng đó. Vì thế, chúng ta thậm chí còn thỏa thích "dệt mộng" với những tâm niệm xấu ác như tham lam, tà dâm, oán hận... thay vì nỗ lực diệt trừ chúng ngay khi vừa sinh khởi. Ta thích thú với những ý niệm mơ tưởng về sắc dục, hoặc những ý niệm oán hận người mà ta căm ghét, hoặc mơ mộng việc có được những tài sản không phải của ta... Và khi những điều đó chưa biến thành hành vi thực sự, ta lại hết sức ngây thơ khi tin rằng mình vẫn "hoàn toàn vô tội".

Lời bạt

Vì thế, những lời giáo huấn của thần Bếp không chỉ dành riêng cho Du Tịnh Ý, mà cũng sẽ vô cùng quý báu nếu chúng ta biết vận dụng để tự soi xét lại chính bản thân mình. Trong câu chuyện về Vệ Trọng Đạt, bản văn Liễu Phàm tứ huấn có dẫn lời Diêm chúa nói rằng: *"Một niệm tà vạy khởi lên đã là xấu ác, không đợi đến lúc ông thực sự làm."* Điều này hoàn toàn đúng với trường hợp của Du Tịnh Ý và cũng đúng với những tâm niệm xấu ác được nuôi dưỡng ngấm ngầm của bất cứ ai.

Binh pháp xưa có câu: *"Biết người biết ta, trăm trận trăm thắng."* Trong cuộc chiến đấu vượt qua chính mình, chúng ta càng không thể không tự biết mình. Tự mình phản tỉnh, xem xét, phân tích và diệt trừ mọi tâm niệm xấu ác đang từng lúc khởi sinh trong lòng mình chính là phương thức quan trọng và hiệu quả nhất để giúp ta có thể noi gương người xưa trong việc chuyển họa thành phúc. Mong sao tất cả những ai đọc qua sách này rồi đều sẽ làm được điều đó.

Ngày đầu Xuân Ất Mùi (2015)
Nguyễn Minh Tiến

Chuyển họa thành phúc

MỤC LỤC

Lời nói đầu 5

BỐN ĐIỀU KHUYÊN DẠY CỦA TIÊN SINH VIÊN LIỄU PHÀM (LIỄU PHÀM TỨ HUẤN) **15**

    Tự lập số mạng... 15

    Tu sửa lỗi lầm... 35

    Tích chứa điều lành...................................... 47

    Giữ đức khiêm hạ... 92

Sơ lược tiểu sử Viên Liễu Phàm **101**

CHUYỆN DU TỊNH Ý GẶP THẦN BẾP [DU TỊNH Ý CÔNG NGỘ TÁO THẦN KÝ] **105**

    Làm lành gặp dữ?.. 105

    Thần Bếp giáo huấn 107

    Đổi tên Tịnh Ý, chuyển ý thanh tịnh 114

    Chuyển họa thành phúc............................. 116

Lời bạt **120**

Lời thưa

Trong kinh Pháp Cú, đức Phật dạy rằng: "Pháp thí thắng mọi thí." Thực hành Pháp thí là chia sẻ, truyền rộng lời Phật dạy đến với mọi người. Mỗi người Phật tử đều có thể tùy theo khả năng để thực hành Pháp thí bằng những cách thức như sau:

1. Cố gắng học hiểu và thực hành những lời Phật dạy. Tự mình học hiểu càng sâu rộng thì việc chia sẻ, bố thí Pháp càng có hiệu quả lớn lao hơn. Nên nhớ rằng **việc đọc sách còn quan trọng hơn cả việc mua sách**.

2. Phải trân quý kinh điển, sách vở in ấn lời Phật dạy. Khi có điều kiện thì mua, thỉnh về nhà để tự mình và người trong gia đình đều có điều kiện học hỏi làm theo. Không nên giữ làm của riêng mà phải sẵn lòng chia sẻ, truyền rộng, khuyến khích nhiều người khác cùng đọc và học theo. Không nên để kinh sách nằm yên đóng bụi trên kệ sách, vì **kinh sách không có người đọc thì không thể mang lại lợi ích**.

3. Tùy theo khả năng mà đóng góp tài vật, công sức để hỗ trợ cho những người làm công việc biên soạn, dịch thuật, in ấn, lưu hành kinh sách, **để ngày càng có thêm nhiều kinh sách quý được in ấn, lưu hành**.

Thông thường, việc chi tiêu một số tiền nhỏ không thể mang lại lợi ích lớn, nhưng nếu sử dụng vào việc giúp lưu hành kinh sách thì lợi ích sẽ lớn lao không thể suy lường. Đó là vì đã giúp cho nhiều người có thể hiểu và làm theo lời Phật dạy. Mong sao quý Phật tử khắp nơi đều lưu tâm đóng góp sức mình vào những việc như trên.

TINH YẾU THỰC HÀNH PHÁP THÍ

- *Mua thỉnh kinh sách về đọc, tự mình sẽ được rất nhiều lợi ích.*

- *Chia sẻ, truyền rộng bằng cách cho mượn, biếu tặng kinh sách đến nhiều người thì lợi ích ấy càng tăng thêm gấp nhiều lần.*

- *Đóng góp công sức, tài vật để hỗ trợ công việc biên soạn, dịch thuật, giảng giải, in ấn, lưu hành kinh sách thì công đức lớn lao không thể suy lường, vì có vô số người sẽ được lợi ích từ việc lưu hành kinh sách.*

www.ingramcontent.com/pod-product-compliance
Lightning Source LLC
LaVergne TN
LVHW011716060526
838200LV00051B/2914